ಸೌಂದರ್ಯ ಲಹರಿ

(ಅಂದದಲೆ)

-: ಸಂಸ್ಕೃತ ಮೂಲ, ಕನ್ನಡ ಪದ್ಯರೂಪ, ಸಂಕ್ಷಿಪ್ತ ಅರ್ಥ :-

ಓಂ ಶ್ರೀ

ಸಂಸ್ಕೃತ ಮೂಲ : ಆದಿ ಶಂಕರಾಚಾರ್ಯರು

ಕನ್ನಡ ರೂಪ : ನಾಗರಾಜ ಕ್ಯಾಸನೂರು

ಸೌಂದರ್ಯ ಲಹರಿ

(ಅಂದದಲೆ)

1

ಶಿವಃ ಶಕ್ತ್ಯಾ ಯುಕ್ತೋ ಯದಿ ಭವತಿ ಶಕ್ತಃ ಪ್ರಭವಿತುಂ
ನ ಚೇದೇವಂ ದೇವೋ ನ ಖಲು ಕುಶಲಃ ಸ್ಪಂದಿತುಮಪಿ ।
ಅತಸ್ತ್ವಾಮಾರಾಧ್ಯಂ ಹರಿಹರವಿರಿಂಚಾದಿಭಿರಪಿ
ಪ್ರಣಂತುಂ ಸ್ತೋತುಂ ವಾ ಕಥಮಕೃತಪುಣ್ಯಃ ಪ್ರಭವತಿ ॥

ಸೇರಿ - ಶಿವ ಶಕ್ತಿ ಜೊತೆ - ಇರುವ ಸೃಜಿಸುವ ಮುನ್ನ
ಇರದಿಂತು ಮಹದೇವ ಸಹಿತ ಸ್ಪಂದಿಸಲಾರ
ಹರಿಹರವಿರಿಂಚಿಗಳಾರಾಧಿಸುವ ನಿನ್ನ
ಇರದೆ ಪುಣ್ಯಫಲ, ಮನುಜ, ನಮಿಸಿ ಕೀರ್ತಿಸಲಾರ ॥

ಶಿವನು ಶಕ್ತಿಯ ಜೊತೆಗಿರಲು ಸೃಷ್ಟಿಸುವ ಶಕ್ತಿ ಪಡೆಯುವನು.
ಹೀಗಿರದೇ ಅವನು ಅಲ್ಲಾಡಲೂ ಅಸಾಧ್ಯ. ಹಾಗಾಗಿ ಹರಿ, ಹರ,
ವಿರಿಂಚಿಗಳೂ ಆರಾಧಿಸುವ ನಿನ್ನನು ಪುಣ್ಯಗಳಿಸದವನು ನಮಿಸಲು
ಅಥವಾ ಸ್ತುತಿಸಲು ಹೇಗೆ ಸಮರ್ಥ?

2

ತನೀಯಾಂಸಂ ಪಾಂಸುಂ ತವ ಚರಣಪಂಕೇರುಹಭವಂ

ವಿರಿಂಚಿಃ ಸಂಚಿನ್ವನ್ ವಿರಚಯತಿ ಲೋಕಾನವಿಕಲಮ್ ।

ವಹತ್ಯೇನಂ ಶೌರಿಃ ಕಥಮಪಿ ಸಹಸ್ರೇಣ ಶಿರಸಾಂ

ಹರಃ ಸಂಕ್ಷುದ್ಯೈನಂ ಭಜತಿ ಭಸಿತೋದ್ಧೂಲನವಿಧಿಮ್ ॥

ತವ ಚರಣಪಂಕಜದ ಧೂಳ ಕೂಡಿಸಿ ತಂದು

ಭವಲೋಕ ಸೃಜಿಸುವನು ಸೃಷ್ಟಿಕಾರಕ ಬ್ರಹ್ಮ

ಆವ ಶಿರಸಾಸಿರದಿ ಸಕಲಲೋಕವ ಶೌರಿ

ಕಾವನದರಲಿ ಹೊರುವ, ಹರ ಜಗದಿ ಹರಡುತಿಹ ॥

ನಿನ್ನ ಪಾದಪದ್ಮಗಳಿಂದ ಭವಿಸಿದ ಅತಿಸೂಕ್ಷ್ಮ ಧೂಳಿನ ಕಣಗಳನು ವಿರಿಂಚಿಯು ಸಂಗ್ರಹಿಸಿ ಅಖಿಲ ಲೋಕಗಳ ವಿರಚಿಸುವನು (ಸೃಷ್ಟಿ). ಶೌರಿ, ಹೇಗೋ, ಸಹಸ್ರ ಶಿರಗಳಿಂದ, ಇದ ಹೊತ್ತಿರುವನು (ಸ್ಥಿತಿ). ಹರನಿದನು ಪುಡಿ ಮಾಡಿ, ಭಸ್ಮವನ್ನು ಹರಡುವ ವಿಧಿಯ ಪಾಲಿಸುವನು (ಲಯ).

3

ಅವಿದ್ಯಾನಾಮಂತಸ್ತಿಮಿರಮಿಹಿರದ್ವೀಪನಗರೀ
ಜಡಾನಾಂ ಚೈತನ್ಯಸ್ತಬಕಮಕರಂದಸ್ರುತಿಝರೀ ।
ದರಿದ್ರಾಣಾಂ ಚಿಂತಾಮಣಿಗುಣನಿಕಾ ಜನ್ಮಜಲಧೌ
ನಿಮಗ್ನಾನಾಂ ದಂಷ್ಟ್ರಾ ಮುರರಿಪುವರಾಹಸ್ಯ ಭವತಿ ॥

ಮೂಢಗಂತಃತಿಮಿರಮಿಹಿರ ದ್ವೀಪದ ನಗರಿ
ಜಡಗೆ ಚೇತನಪೂರ್ಣ ಜೇನು ಹರಿಯಿಸುವ ಝರಿ
ಬಡವಗಿದು ಚಿಂತಾಮಣಿ ಮಾಲೆ, ಜನ್ಮಗಳ
ಕಡಲೊಳಗೆ ಮುಳುಗೆ ಮುರವ್ಯರಿ ವರಾಹನ ದಂತ ॥

(ಅಧ್ಯಾತ್ಮಿಕ) ಅವಿದ್ಯಾವಂತರಿಗೆ ಅಂತಃತಿಮಿರ ಕಳೆವ ಮಿಹಿರ
(ಸೂರ್ಯ) ದ್ವೀಪನಗರಿ. ಜಡರಿಗೆ ಚೈತನ್ಯದಾಯಕ ಕಲ್ವಕಹೂ
ಮಕರಂದವು ಹರಿಯುವ ಝರಿ. ದರಿದ್ರನಿಗೆ ಚಿಂತಾಮಣಿಮಾಲೆ;
ಜನುಮಗಳ ಜಲದಲ್ಲಿ ಮುಳುಗಿದವನಿಗೆ ಮುರರಿಪು ವರಾಹನ ದಂಷ್ಟ್ರ
(ಕೋರೆ)ಃ ಆಗಿದೆ (ನಿನ್ನ ಪಾದ ಧೂಳಿ).

4

ತ್ವದನ್ಯಃ ಪಾಣಿಭ್ಯಾಮಭಯವರದೋ ದೈವತಗಣಃ
ತ್ವಮೇಕಾ ನೈವಾಸಿ ಪ್ರಕಟಿತವರಾಭೀತ್ಯಭಿನಯಾ ।
ಭಯಾತ್ ತ್ರಾತುಂ ದಾತುಂ ಫಲಮಪಿ ಚ ವಾಂಛಾಸಮಧಿಕಂ
ಶರಣ್ಯೇ ಲೋಕಾನಾಂ ತವ ಹಿ ಚರಣಾವೇವ ನಿಪುಣೌ ॥

ನೀನಲ್ಲದನ್ಯ ದೈವರುಗಳಭಯವ ಬೀರೆ

ನೀನಿರುವೆ ಬರಿಗೈಯ ವರದ ಅಭಿನಯ ತೋರಿ!

ಮುನ್ನ ರಕ್ಷಿಸಿ ನೀಡಿ ಬೇಡಿದುದನೂ ಮೀರಿ

ಘನ್ನ ನಿನ್ನವು ಚರಣ, ಲೋಕದಾಶ್ರಯ ತಾಯೆ ॥

ನಿನ್ನುಳಿದು ಅನ್ಯದೇವರುಗಳು (ಬರಿ)ಕೈಗಳಲ್ಲಿ ಅಭಯವರದ ನೀಡುವರು. ನೀನು ಮಾತ್ರ ವರಾಭಯಗಳ ಅಭಿನಯ ಪ್ರಕಟಿಸುವುದಿಲ್ಲ. ಭಯದಿಂದ ರಕ್ಷಿಸಲು, ವಾಂಛೆಯ ಮೀರಿ ಫಲ ಕೊಡಲು, ನಿನ್ನ ಚರಣಗಳೇ ನಿಪುಣವಿವೆ, ಹೇ ಲೋಕಶರಣ್ಯೇ.

5

ಹರಿಸ್ತ್ವಾ ಮಾರಾಧ್ಯ ಪ್ರಣತಜನಸೌಭಾಗ್ಯಜನನೀಂ
ಪುರಾ ನಾರೀ ಭೂತ್ವಾ ಪುರರಿಪುಮಪಿ ಕ್ಷೋಭಮನಯತ್
ಸ್ಮರೋಽಪಿ ತ್ವಾಂ ನತ್ವಾ ರತಿನಯನಲೇಹ್ಯೇನ ವಪುಷಾ
ಮುನೀನಾಮಪ್ಯಂತಃ ಪ್ರಭವತಿ ಹಿ ಮೋಹಾಯ ಮಹತಾಮ್ ॥

ಹರಿ ಮಣೆದು, ಪ್ರಣೆತಜನ ಭಾಗ್ಯದಾಯಿನಿ ನಿನಗೆ,

ಮರುಳು ಮಾಡಿದ ನಾರಿ ರೂಪದಲಿ ಪುರರಿಪುವ,

ಸ್ಮರ ರತಿಯ ಕಂಗಳಿಗೆ ತಂಪೆಡುವ ರೂಪಿ - ತವ

ಚರಣಕೆರಗಲು - ತರುವ ಮುನಿಗಳಿಗೂ ಮಹಾಮೋಹ ॥

ಹೇ ಪ್ರಣತಜನಸೌಭಾಗ್ಯಜನನೀ, ಹರಿಯು ನಿನ್ನ ಆರಾಧಿಸಿ, ಪೂರ್ವದಲ್ಲಿ
ನಾರಿಯಾಗಿ ಪುರರಿಪುವನ್ನೂ ಕ್ಷೋಭೆಗೊಳಿಸಿದನು.
ನಿನಗೆ ವಂದಿಸಿ, ಸ್ಮರನು, ರತಿಯ ಕಂಗಳಿಗೆ ಲೇಹ್ಯದಂತಿಹ ದೇಹದಿಂದ,
ಮುನಿಗಳಾಂತರ್ಯಕ್ಕೂ ಮಹಾಮೋಹವನ್ನು ತರಬಲ್ಲನು.

ಧನುಃ ಪೌಷ್ಪಂ ಮೌರ್ವೀ ಮಧುಕರಮಯೀ ಪಂಚ ವಿಶಿಖಾಃ

ವಸಂತಃ ಸಾಮಂತೋ ಮಲಯಮರುದಾಯೋಧನರಥಃ ।

ತಥಾಪ್ಯೇಕಃ ಸರ್ವಂ ಹಿಮಗಿರಿಸುತೇ ಕಾಮಪಿ ಕೃಪಾಂ

ಅಪಾಂಗಾತ್ತೇ ಲಬ್ಧ್ವಾ ಜಗದಿದಮನಂಗೋ ವಿಜಯತೇ ॥

ಹೂ ಧನಸು, ದುಂಬಿ ಹೆದೆ, ಪಂಚಪುಷ್ಪದ ಬಾಣ

ಯುದ್ಧರಥ ಮಲಯಮಾರುತ, ಜತೆ ವಸಂತ

ಬಿದ್ದು ತವ ಕಣ್ಣಂಚ ಕೃಪೆ ಅನಂಗನ ಮೇಲೆ

ಗೆದ್ದು ಬರುವನು ಜಗವನದರಲೇ ಗಿರಿತನಯೆ ॥

ಪುಷ್ಪಧನು, ದುಂಬಿಗಳ ಹೆದೆ, ಪಂಚ (ಹೂ)ಬಾಣಗಳು

ಸಾಮಂತ ವಸಂತ, ಮಲಯಮಾರುತವೇ ಯುದ್ಧರಥ:

ಇವಿಷ್ಟರಲ್ಲೇ, ಓ ಹಿಮಗಿರಿಸುತೆ, ಅನಿರ್ವಾಚ್ಯ ಕೃಪೆಯನ್ನು

ನಿನ್ನ ಕಟಾಕ್ಷದಿಂದ ಪಡೆದು, ಅನಂಗನು, ಜಗವನ್ನೇ ಗೆಲ್ಲುವ.

7

ಕ್ವಣತ್ಕಾಂಚೀದಾಮಾ ಕರಿಕಲಭಕುಂಭಸ್ತನನತಾ
ಪರಿಕ್ಷೀಣಾ ಮಧ್ಯೇ ಪರಿಣತಶರಚ್ಚಂದ್ರವದನಾ ।
ಧನುರ್ಬಾಣಾನ್ ಪಾಶಂ ಸೃಣಿಮಪಿ ದಧಾನಾ ಕರತಲೈಃ
ಪುರಸ್ತಾದಾಸ್ತಾಂ ನಃ ಪುರಮಥಿತುರಾಹೋಪುರುಷಿಕಾ ॥

ಮರಿಕರಿಯ ಕುಂಭಸ್ಥಳವ ಹೋಲುವ ಸ್ತನದ
ಅರೆಬಾಗಿದ ನೀಳನಡು, ಕಿಣಿಕಿಣಿಪ ಒಡ್ಯಾಣ
ಪರಿಣತ ಶರದೇಂದು ಮೊಗ, ಪಾಶಾಂಕುಶ ಶರಧನು-
ಕರದ, ಹರನಹಂ ಸ್ವರೂಪಿಣಿ, ದರುಶನ ತೋರು ॥

ಕಿಣಿಕಿಣಿಸುವ ಕಿರುಗೆಜ್ಜೆಗಳ ಒಡ್ಯಾಣವಿರುವ, ಮರಿಯಾನೆಯ
ಕುಂಭಸ್ಥಳಸದೃಶ ಸ್ತನಗಳಿಂದ ಬಾಗಿದ, ನಡುವಲ್ಲಿ ಕ್ಷೀಣವಿರುವ,
ಪೂರ್ಣಶರಶ್ಚಂದ್ರವದನದ,   ಧನುರ್ಬಾಣ,   ಪಾಶಾಂಕುಶಗಳ
ಕರದಲ್ಲಿ ಧರಿಸಿದ, ಪುರಮಥನನ ಅಹಂಸ್ವರೂಪಿಣಿ ನಮ್ಮೆದುರು
ಪ್ರಕಟಗೊಳಲಿ.

ಸುಧಾಸಿಂಧೋರ್ಮಧ್ಯೇ ಸುರವಿಟಪಿವಾಟೀಪರಿವೃತೇ

ಮಣಿದ್ವೀಪೇ ನೀಪೋಪವನವತಿ ಚಿಂತಾಮಣಿಗೃಹೇ ।

ಶಿವಾಕಾರೇ ಮಂಚೇ ಪರಮಶಿವಪರ್ಯಂಕನಿಲಯಾಂ

ಭಜಂತಿ ತ್ವಾಂ ಧನ್ಯಾಃ ಕತಿಚನ ಚಿದಾನಂದಲಹರೀಮ್ ॥

ಸುಧಾಸಿಂಧುವಿನ ನಡುವೆ ಕಲ್ಪತರುವಿನ ತೋಟ

ಮಧ್ಯೆ ಮಣಿದ್ವೀಪ, ನೀಪವನ, ಚಿಂತಾಮಣಿ-

ಸೌಧದ ಮುಕ್ಕೋಣ ಮಂಚ - ಶಿವಪಲ್ಲಂಗದಲಿ

ಚಿದಾನಂದಲಹರಿ - ತವ ಧ್ಯಾನಿಪರು ಧನ್ಯರು ॥

ಸುಧಾಸಿಂಧುವಿನ ನಡುವೆ ಕಲ್ಪತರುವಿನ ತೋಟದಿಂದ ಪರಿವೃತವಾದ ಮಣಿದ್ವೀಪ, ಅದರಲಿ ನೀಪಮರಗಳ ಉಪವನ, ಅಲ್ಲಿ ಚಿಂತಾಮಣಿ ಗೃಹ, ಒಳಗೆ ಶಿವಾಕಾರದ ಮಂಚದಲ್ಲಿ, ಪರಮಶಿವಪಲ್ಲಂಕದಲ್ಲಿರುವ ಚಿದಾನಂದಲಹರಿಯೇ ನಿನ್ನ, ಕೆಲ ಧನ್ಯರು ಮಾತ್ರ ಭಜಿಪರು.

ಮಹೀಂ ಮೂಲಾಧಾರೇ ಕಮಪಿ ಮಣಿಪೂರೇ ಹುತವಹಂ

ಸ್ಥಿತಂ ಸ್ವಾಧಿಷ್ಠಾನೇ ಹೃದಿ ಮರುತಮಾಕಾಶಮುಪರಿ ।

ಮನೋ ಪಿ ಭ್ರೂಮಧ್ಯೇ ಸಕಲಮಪಿ ಭಿತ್ವಾ ಕುಲಪಥಂ

ಸಹಸ್ರಾರೇ ಪದ್ಮೇ ಸಹ ರಹಸಿ ಪತ್ಯಾ ವಿಹರಸೇ ॥

ಮಹಿಯ ಮೂಲಾಧಾರ, ಜಲದ ಮಣಿಪೂರ, ಹುತ-

-ವಹನ ಸ್ವಾಧಿಷ್ಟಾನ, ಮರುತನನಾಹತ, ಬಾನು

ಇಹ ವಿಶುದ್ಧ, ಮನದ ಭ್ರೂಮಧ್ಯ - ಕುಲಪಥ ಪಥಿಸಿ,

ರಹಸ್ಯದಿ ನೀ ಪತಿ ಜತೆ ಸಹಸ್ರಾರ ವಿಹಾರಿ ॥

ಮೂಲಾಧಾರ, ಜಲದ ಮಣಿಪೂರ, ಹುತವಹನು (ಅಗ್ನಿ) ಇರುವ ಸ್ವಾಧಿಷ್ಟಾನ, ಹೃದಯದ ಮರುತ, ಆಕಾಶದ (ತತ್ವದ) ಮೇಲೆ ಹಾಗೂ ಭ್ರೂಮಧ್ಯ ಮನವನ್ನು - ಈ ಎಲ್ಲಾ ಕುಲಪಥವನು ದಾಟಿ, ಸಹಸ್ರಾರಪದ್ಮದಲಿ, ಪತಿಯ ಜತೆ ನೀ ರಹಸ್ಯದಿ ವಿಹರಿಸುವೆ.

ಸುಧಾಧಾರಾಸಾರೈಶ್ಚರಣಯುಗಲಾಂತರ್ವಿಗಲಿತೈಃ
ಪ್ರಪಂಚಂ ಸಿಂಚಂತೀ ಪುನರಪಿ ರಸಾಮ್ನಾಯಮಹಸಃ ।
ಅವಾಪ್ಯ ಸ್ವಾಂ ಭೂಮಿಂ ಭುಜಗನಿಭಮಧ್ಯುಷ್ಟವಲಯಂ
ಸ್ವಮಾತ್ಮಾನಂ ಕೃತ್ವಾ ಸ್ವಪಿಡಿ ಕುಲಕುಂಡೇ ಕುಹರಿಣಿ ॥

ಚರಣಯುಗಗಳಿಂದ ವಿಗಲಿತ ಅಮೃತಧಾರೆ
ಶರೀರಕೆರೆದು, ಸಹಸ್ರಾರದಿಂದು ಅಮೃತವ
ತೊರೆದು, ತವರಾಂತು ಹಾವಂತೆ ನೀ ಪುನಃ ಮೂರು-
ಮೀರರೆ ಸುತ್ತಿ ಮಲಗುವೆ ಕುಲಕುಂಡ ಕುಹರದೊಳು ॥

ಚರಣಯುಗಗಳಿಂದ ವಿಗಲಿತವಾದ ಸುಧಾಧಾರಾಪ್ರವಾಹದಲಿ
ಪ್ರಪಂಚವ(ದೇಹವ) ತೋಯಿಸಿ, ಹೊಳೆವ ರಸದಾಗಾರದಿಂದ ಮತ್ತೆ
ನಿನ್ನ ಸ್ಥಾನಕೆ ಮರಳಿ, ಭುಜಗದಂತೆ ಮೂರೂವರೆ ವಲಯ
ಸುತ್ತಿಕೊಂಡು, ಕುಲಕುಂಡಕುಹರಿಣಿಯಾಗಿ ನೀ ನಿದ್ರಿಸುವೆ.

11

ಚತುರ್ಭಿಃ ಶ್ರೀಕಂಠೈಃ ಶಿವಯುವತಿಭಿಃ ಪಂಚಭಿರಪಿ
ಪ್ರಭಿನ್ನಾಭಿಃ ಶಂಭೋರ್ನವಭಿರಪಿ ಮೂಲಪ್ರಕೃತಿಭಿಃ ।
ಚತುಶ್ಚತ್ವಾರಿಂಶದ್ವಸುದಲಕಲಾಶ್ರತ್ರಿವಲಯ-
ತ್ರಿರೇಖಾಭಿಃ ಸಾರ್ಧಂ ತವ ಶರಣಕೋಣಾಃ ಪರಿಣತಾಃ ॥

ನಾಲ್ಕು ಶಿವಚಕ್ರ, ಬೇರ್ಯೆದು ಶಿವಚಕ್ರಗಳು,
ಮೂಲ ಪ್ರಕೃತಿಯಿಂದ ಬಂದವಿವು, ಕಮಲಗಳ
ದಳವೆಂಟು ಹದಿನಾರು, ತ್ರಿವಲಯ ತ್ರಿರೇಖಿಗಳ
ಚೆಲುವು ನಲವತ್ನಾಲ್ಕು ಕೋಣಗಳ ತವಸ್ಥಾನ ॥

ನಾಲ್ಕು ಶ್ರೀಕಂಠ ಚಕ್ರಗಳು, ಶಂಭುವಿನವಕ್ಕೆ ಭಿನ್ನವಾದ ಪಂಚ
ಶಿವಯುವತಿ ಚಕ್ರಗಳು –ಈ ನವ ಮೂಲಪ್ರಕೃತಿಗಳಿಂದ, ಅಷ್ಟದಳ,
ಶೋಡಶದಳ ಪದ್ಮಗಳಿಂದ, ಮೂರು ವಲಯ (ಭೂಪುರ)ಗಳಿಂದ,
ಮೂರು ರೇಖೆ(ಮೇಖಲೆ)ಗಳಿಂದ, ನಿನ್ನ ಆವಾಸವು (ಶ್ರೀಚಕ್ರವು)
ನಲವತ್ನಾಲ್ಕು ಕೋನಗಳಿಂದ ಪರಿಣತವಿದೆ.

ತ್ವದೀಯಂ ಸೌಂದರ್ಯಂ ತುಹಿನಗಿರಿಕನ್ಯೇ ತುಲಯಿತುಂ

ಕವೀಂದ್ರಾಃ ಕಲ್ಪಂತೇ ಕಥಮಪಿ ವಿರಿಂಚಿಪ್ರಭೃತಯಃ ।

ಯದಾಲೋಕೌತ್ಸುಕ್ಯಾದಮರಲಲನಾ ಯಾಂತಿ ಮನಸಾ

ತಪೋಭಿರ್ದುಷ್ಪ್ರಾಪಾಮಪಿ ಗಿರಿಶಸಾಯುಜ್ಯಪದವೀಮ್   ॥

ತುಹಿನಗಿರಿಸುತೆ ನಿನ್ನ ಚಲುವ ತುಲನೆಗೆ ನಿಂತ

ಬ್ರಹ್ಮಾದಿ ಕವಿವರ್ಯರೆಂತು ಇರುವರು ಶಕ್ತ?

ಬಹು ತಪಕೆ ಸಿಗದ ಶಿವ ಸಾಯುಜ್ಯಪದವಮರ

ಮಹಿಳೆಯರು ಈ ಚೆಲುವ ಬಯಸಿ, ಪಡೆವರು ಮನದಿ   ॥

ತುಹಿನಗಿರಿಕನ್ಯೇ, ನಿನ್ನ ಸೌಂದರ್ಯದ ತುಲನೆಯ ಮಾಡಲು, ವಿರಿಂಚಿ ಮುಂತಾದ ಕವೀಂದ್ರರು ಹೇಗಾದರೂ ಸಮರ್ಥರಿಹರೆ? ಅದನ್ನು ಕಾಣಲು ಉತ್ಸುಕರಾಗಿ, ಅಮರ ಲಲನೆಯರು, ತಪಕೂ ಕಷ್ಟಸಾಧ್ಯವಾದ ಗಿರೀಶಸಾಯುಜ್ಯಪದವಿಯ, ಮನಸ್ಸಿನಿಂದ (ಕಲ್ಪನೆಯಲ್ಲಿ) ಹೊಂದುವರು.

13

ನರಂ ವರ್ಷೀಯಾಂಸಂ ನಯನವಿರಸಂ ನರ್ಮಸು ಜಡಂ

ತವಾಪಾಂಗಾಲೋಕೇ ಪತಿತಮನುಧಾವಂತಿ ಶತಶಃ ।

ಗಲದ್ವೇಣೀಬಂಧಾಃ ಕುಚಕಲಶವಿಸ್ರಸ್ತಸಿಚಯಾ

ಹಠಾತ್ ತ್ರುಟ್ಯತ್ಕಾಂಚ್ಯೋ ವಿಗಲಿತದುಕೂಲಾ ಯುವತಯಃ ॥

ಮೀರಿರಲು ವಯಸು ಕುರೂಪಿ ಅರಸಿಕ ನರಗೂ,

ಬರಲು ನಿನ್ನ ಕಟಾಕ್ಷದೊಳು, ನೂರು ಯುವತಿಯರು

ಸೆರಗು ಕುಚಕಳಶದಿಂ ಸರಿದು, ಜಡೆ ಸಡಿಲಗೊಳೆ

ಜಾರೆ ಸೀರೆಯ ನೆರಿಗೆ, ಮರೆತು ಹಿಂದೋಡುವರು ॥

ಮುದುಕನೂ, ಕಂಗಳಿಗೆ ಅಂದ ಕೊಡದವನೂ, ಅರಸಿಕನೂ ಆದ
ನರನ, ನಿನ್ನ ಕಟಾಕ್ಷದ ದೃಷ್ಟಿ ಬೀಳೆ, ನೂರಾರು ಯುವತಿಯರು -
ಬಿಚ್ಚಿದ ಜಡೆಯಲ್ಲೂ, ಕುಚಕಲಶಗಳಿಂದ ವಸ್ತ್ರ ಜಾರಿದರೂ,
ಒಡ್ಯಾಣಗಳು ಹಠಾತ್ ಕಳಚಿದರೂ, ದುಕೂಲಗಳು ಬೀಳುತ್ತಿದ್ದರೂ,
(ಮರೆತು) ಹಿಂಬಾಲಿಸುವರು.

ತೌ ಷಟ್ವಂಚಾಶದ್ ದ್ವಿಸಮಧಿಕಪಂಚಾಶದುದಕೇ

ಹುತಾಶೇ ದ್ವಾಷಷ್ಟಿಶ್ಚತುರಧಿಕಪಂಚಾಶದನಿಲೇ ।

ದಿವಿ ದ್ವಿಃಷಟ್ತ್ರಿಂಶನ್ಮನಸಿ ಚ ಚತುಃಷಷ್ಟಿರಿತಿ ಯೇ

ಮಯೂಖಾಸ್ತೇಷಾಮಪ್ಯುಪರಿ ತವ ಪಾದಾಂಬುಜಯುಗಮ್ ॥

ಭೂತತ್ತ್ವ ದೃವತ್ತಾರು, ಜಲದ ಐವತ್ತೆರಡು

ಹುತಾಶನಲರವತ್ತೆರಡು, ವಾಯುವ್ಯವತ್ನಾಲ್ಕು

ಮತ್ತೆ ದಿವಿಯಷ್ಪತ್ತೆರಡು, ಮನಸಲರವತ್ನಾಲ್ಕು-

ಇತಿ ಕಿರಣ ಉಪರಿ ದೇವಿ ತವ ಪಾದಪದ್ಮಗಳು ॥

ಕ್ಷಿತಿ (ತತ್ತ್ವ)ದ ಐವತ್ತಾರು, ಉದಕದ ಐವತ್ತೆರಡು, ಹುತಾಶನ(ಅಗ್ನಿ)ಲರವತ್ತೆರಡು, ಅನಿಲದಲಿ ಐವತ್ನಾಲ್ಕು, ದಿವಿಯಲಿ ಮೂವತ್ತಾರರ ದ್ವಿಗುಣದಲಿ, ಮನ(ತತ್ತ್ವ)ದ ಅರವತ್ನಾಲ್ಕು-

ಈ ಕಿರಣಗಳಿಗೂ ಮೇಲೆ - ನಿನ್ನ ಪಾದಾಂಬುಜಯುಗಗಳಿವೆ.

ಶರಜ್ಯೋತ್ಸ್ನ ಶುದ್ಧಂ ಶಶಿಯುತಜಟಾಜೂಟಮಕುಟಾಂ
ವರತ್ರಾಸತ್ರಾಣಸ್ಫಟಿಕಘಟಿಕಾಪುಸ್ತಕಕರಾಮ್ ।
ಸಕೃನ್ನತ್ವಾ ನತ್ವಾ ಕಥಮಿವ ಸತಾಂ ಸನ್ನಿದಧತೇ
ಮಧುಕ್ಷೀರದ್ರಾಕ್ಷಾಮಧುರಿಮಧುರೀಣಾಃ ಫಣಿತಯಃ ॥

ಶರದವಧಿಯ ಬೆಳದಿಂಗಳವೊಲು ಶುಭ್ರಳು, ಶಶಿ
ಇರುವ ಜಟಾಜೂಟ ಮಕುಟ, ಕರತಲದಿ ಅಭಯ,
ವರ, ಸ್ಫಟಿಕಮಣಿ, ಪುಸ್ತಕ– ಇರಲು ತವ ಚರಣ–
ಕೆರಗದೆ ಮಧುಕ್ಷೀರದ್ರಾಕ್ಷಿ ತೆರ ಮಾತುಂಟೆ? ॥

ಶರತ್ಕಾಲದ   ಜ್ಯೋತ್ಸ್ನದಂತೆ   ಶುದ್ಧಳಾದ,   ಶಶಿಯುತ
ಜಟಾಜೂಟಮಕುಟವಿರುವ,   ವರದಾಭಯ,   ಸ್ಫಟಿಕ   ಘುಟಿಕ,
ಪುಸ್ತಕಗಳ ಕರದಲಿ ಹೊಂದಿರುವ, ನಿನಗೊಮ್ಮೆ ವಂದಿಸದೆ, ಹೇಗೆ
ಸಜ್ಜನರಿಗೆ ಮಧು, ಕ್ಷೀರ, ದ್ರಾಕ್ಷಿಗಳ ಸವಿಯಿರುವ   ಪದಗಳು
ಉಂಟಾದಾವು?

ಕವೀಂದ್ರಾಣಾಂ ಚೇತಃಕಮಲವನಬಾಲಾತಪರುಚಿಂ

ಭಜಂತೇ ಯೇ ಸಂತಃ ಕತಿಚಿದರುಣಾಮೇವ ಭವತೀಮ್ ।

ವಿರಿಂಚಿಪ್ರೇಯಸ್ಯಾಸ್ತರುಣತರಶೃಂಗಾರಲಹರೀ

ಗಭೀರಾಭಿರ್ವಾಗ್ಭಿರ್ವಿದಧತಿ ಸತಾಂ ರಂಜನಮಮೀ ॥

ಕವಿಗಳ ಮನದ ಕಮಲವನಕೆ ಎಳೆ ಬಿಸಿಲು ನೀ,

ತವ ಸಂತರುಷೆಯಿಂದೆ ನಿನ್ನ ಭಜಿಸೆ, ವಿಧಿವಧುವ

ನವ ಗಹನ ಶೃಂಗಾರಲಹರಿಯ ನುಡಿಗಳಲಿ

ಅವರು ಕೊಡುವರು ಹೃತ್ ರಂಜನೆ ಸಜ್ಜನರಿಗೆ ॥

ಕವೀಂದ್ರರ ಚಿತ್ತಗಳ ಕಮಲವನಕೆ ನೀ ಬಾಲರವಿಯ ಬಿಸಿಲಿನಂತೆ. ನಿನ್ನನು ಮುಂಜಾನೆ(ಅರುಣ) ಎಂದೇ ತಿಳಿದು ಭಜಿಸುವ ಆ ಕೆಲ ಸಂತರು ವಿರಿಂಚಿಪ್ರೇಯಸಿಯ ತರುಣತರ(ತಾಜಾ) ಶೃಂಗಾರಲಹರಿಯ ಗಂಭೀರವಾಕ್ಕುಗಳಿಂದ ಸಜ್ಜನರಿಗೆ ರಂಜನೆಯ ನೀಡುವರು.

ಸವಿತ್ರೀಭಿರ್ವಾಚಾಂ ಶಶಿಮಣಿಶಿಲಾಭಂಗರುಚಿಭಿಃ

ವಶಿನ್ಯಾದ್ಯಾಭಿಸ್ತ್ವಾಂ ಸಹ ಜನನಿ ಸಂಚಿಂತಯತಿ ಯಃ ।

ಸ ಕರ್ತಾ ಕಾವ್ಯಾನಾಂ ಭವತಿ ಮಹತಾಂ ಭಂಗಿರುಚಿಭಿಃ

ವಚೋಭಿರ್ವಾಗ್ದೇವೀವದನಕಮಲಾಮೋದಮಧುರೈಃ ॥

ಭಂಗಶಶಿಮಣಿಶಿಲೆಯ ಕಾಂತಿ ಹೊಂದಿದ ವಶಿನಿ

ಸಂಗಡಿಹ ವಾಗ್ದೇವತೆಗಳೊಡನೆ ತನ್ನಂತ -

ರಂಗದಿ ನಿನ್ನ ಧ್ಯಾನಿಪನು ಕಾವ್ಯವ ಬರೆವ – ಕವಿ -

ಪುಂಗವರ ತರ, ದೇವಿಮುಖಾಂಬುಜ ಮಧುವಂತೆ ॥

ಭಂಗಶಶಿಮಣಿಶಿಲೆಯ ಕಾಂತಿ ಹೊಂದಿದ ವಶಿನಿ ಮುಂತಾದ ವಾಗ್ದೇವತೆಗಳೊಡನೆ ನಿನ್ನ ಧ್ಯಾನಿಸುವವನು, ಓ ಜನನಿ, ಮಹಾ ಕವಿಗಳ ಜಾಣ್ಮೆಡಿಗಳಂಥ, ವಾಗ್ದೇವಿಯ ವದನಕಮಲದ ಮಧುರಾಮೋದದ, ಕಾವ್ಯಗಳ ಕರ್ತನಾಗುವನು.

ತನುಚ್ಛಾಯಾಭಿಸ್ತೇ ತರುಣತರಣೇಶ್ರೀಸರಣಿಭಿಃ

ದಿವಂ ಸರ್ವಾಮುರ್ವೀಮರುಣಿಮನಿಮಗ್ನಾಂ ಸ್ಮರತಿ ಯಃ ।

ಭವಂತ್ಯಸ್ಯ ತ್ರಸ್ಯದ್ವನಹರಿಣಶಾಲೀನನಯನಾಃ

ಸಹೋರ್ವಶ್ಯಾ ವಶ್ಯಾಃ ಕತಿ ಕತಿ ನ ಗೀರ್ವಾಣಗಣಿಕಾಃ ॥

ತರುಣತರಣೆಯ ಕಿರಣ ತರ ನಿನ್ನ ತನುಕಾಂತಿ

ಸುರನರರ ಲೋಕಗಳನರುಣ ವರ್ಣದಲ್ಲಿ

ಇರುವಂತೆ ಸ್ಮರಿಸುವನ ಸೆರೆಗೆ ಊರ್ವಶಿ ಸಹಿತ

ಬರುವರೆನಿತೋ ಭೀತಹರಿಣ ಕಣ್ಣ ಗಣಿಕೆಯರು ॥

ತರುಣತರಣೆಯ ಕಾಂತಿಯ ಸರಣಿಯ ನಿನ್ನ ತನುಕಾಂತಿ ದಿವಿ-
ಊರ್ವಿಗಳೆರಡನ್ನೂ ಅರುಣವರ್ಣದಲ್ಲಿ ಅದ್ದಿದಂತೆ
ಸ್ಮರಿಸುವವನಿಗೆ ಬೆದರಿದ ವನಹರಿಣಕಂಗಳಿರುವ, ಎಷ್ಟು ಮಂದಿ,
ಊರ್ವಶಿ ಸಹಿತ ಗೀರ್ವಾಣ ಗಣಿಕೆಯರು, ವಶವಾಗದಿಹರು?

ಮುಖಂ ಬಿಂದುಂ ಕೃತ್ವಾ ಕುಚಯುಗಮಧಸ್ತಸ್ಯ ತದಧೋ
ಹರಾರ್ಧಂ ಧ್ಯಾಯೇದ್ಯೋ ಹರಮಹಿಷಿ ತೇ ಮನ್ಮಥಕಲಾಮ್ ।
ಸ ಸದ್ಯಃ ಸಂಕ್ಷೋಭಂ ನಯತಿ ವನಿತಾ ಇತ್ಯತಿಲಘು
ತ್ರಿಲೋಕೀಮಪ್ಯಾಶು ಭ್ರಮಯತಿ ರವೀಂದುಸ್ತನಯುಗಾಮ್ ॥

ಬಿಂದುವಲಿ ಮುಖ, ಕೆಳಗೆ ಕುಚಯುಗಗಳದರಡಿಗೆ
ತಂದು ಹರನರ್ಧವನು, ನಿನ್ನ ಮನ್ಮಥಕಲೆಯ
ನೆನೆದಲ್ಲಿ ಕ್ಷೋಭಿಪಳು ವನಿತೆ, ಇನ್ನಿಂದುರವಿ
ಸ್ತನಯುಗ್ಮವಿಹ ತ್ರಿಲೋಕಕೂ ಬಹುದು ಭ್ರಮೆ ॥

ಬಿಂದುವಲ್ಲಿ ಮುಖ, ಕುಚಯುಗಗಳ ಅದರಡಿಯಲ್ಲಿರುವಂತೆ,
ಅದರಡಿಗೆ ಹರನರ್ಧ(ಯೋನಿ)ವನು ತಿಳಿದು, ನಿನ್ನ ಮನ್ಮಥಕಲೆಯ
(ಕಾಮರಾಜಬೀಜವ) ಧ್ಯಾನಿಸಲು, ಹೇ ಹರಮಹಿಷಿ, ಅವನು ಆ
ವನಿತೆಯನ್ನು ಕೂಡಲೇ ಕ್ಷೋಭಗೊಳಿಸುವನು, ಇದು ಅತಿ ಲಘು;
ರವಿ-ಇಂದು ಸ್ತನಯುಗದ ತ್ರಿಲೋಕಕೂ ಭ್ರಮೆಗೊಳಿಸುವನು.

ಕಿರಂತೀಮಂಗೇಭ್ಯಃ ಕಿರಣನಿಕುರಂಬಾಮೃತರಸಂ
ಹೃದಿ ತ್ವಾಮಾಧತ್ತೇ ಹಿಮಕರಶಿಲಾಮೂರ್ತಿಮಿವ ಯಃ ।
ಸ ಸರ್ಪಾಣಾಂ ದರ್ಪಂ ಶಮಯತಿ ಶಕುಂತಾಧಿಪ ಇವ
ಜ್ವರಪ್ಲುಷ್ಟಾನ್ ದೃಷ್ಟ್ವಾ ಸುಖಯತಿ ಸುಧಾಧಾರಸಿರಯಾ ॥

ಅಮೃತರಸವೀವ ಕಿರಣ ನಿಕುರಂಬವು ನಿನ್ನ
ಅಂಗದಿಂ ಬಂದಂತೆ ಚಂದ್ರಶಿಲೆ ಮೂರ್ತಿಯ ಒಳ-
ಕಂಗಳಲಿ ನೆನೆದವನು ಸರ್ಪದರ್ಪಕೆ ಗರುಡ
ಭಂಗ ಕೊಟ್ಟಂತೆ ಜ್ವರದವನ ತಣಿಸುವ ನೋಡಿ ॥

ಅಮೃತರಸವೀವ ಕಿರಣ ನಿಕುರಂಬವು ನಿನ್ನ ಅಂಗಗಳಿಂದ
ಬಂದಂತೆ ಹಿಮಕರಶಿಲಾ ಮೂರ್ತಿರೂಪವನ್ನು ತನ್ನ ಹೃದಯದಲ್ಲಿ
ಸ್ಥಿರಗೊಳಿಸುವವನು ಸರ್ಪದರ್ಪವನು ಶಕುಂತಾಧಿಪನು (ಗರುಡ)
ಶಮನಗೈದಂತೆ, ಜ್ವರದವನಿಗೆ, ಸುಧಾಧಾರಾಪಾತ್ರ ದಿದವನಂತೆ,
ಸುಖ ತರುವನು.

ತಟಿಲ್ಲೇಖಾತನ್ವೀಂ ತಪನಶಶಿವೈಶ್ವಾನರಮಯೀಂ
ನಿಷಣ್ಣಾಂ ಷಣ್ಣಾಮಪ್ಯುಪರಿ ಕಮಲಾನಾಂ ತವ ಕಲಾಮ್ ।
ಮಹಾಪದ್ಮಾಟವ್ಯಾಂ ಮೃದಿತಮಲಮಾಯೇನ ಮನಸಾ
ಮಹಾಂತಃ ಪಶ್ಯಂತೋ ದಧತಿ ಪರಮಾಹ್ಲಾದಲಹರೀಮ್ ॥

ಪದುಮವಾರರ ಮೇಲೆ ಮಹಪದ್ಮಗಳ ವನದಲಿ
ವಿದ್ಯುಲ್ಲೇಖಿ ತೆರ ಅಗ್ನಿಶಶಿರವಿ ರೂಪಿ ತವ
ಸಾಧಾಖ್ಯಕಲೆಯ ಮಲ ಮಾಯೆಯಿಲ್ಲದ ಮನದಿ
ಬಧ್ಧವಿಡುತಿರೆ ಸಿದ್ಧಿ ಪರಮಾಹ್ಲಾದಲಹರಿ ॥

ಆರು ಕಮಲಗಳ ಮೇಲಿನ ಮಹಾಪದ್ಮಗಳ ಅಡವಿಯಲ್ಲಿ ವಿದ್ಯುಲ್ಲೇಖಿಯಂತೆ ಹೊಳೆಯುತ್ತಿರುವ, ಸೂರ್ಯ-ಚಂದ್ರ-ಅಗ್ನಿ ಸ್ವರೂಪವಾದ ನಿನ್ನ (ಸಾಧಾಖ್ಯ)ಕಲೆಯನ್ನು, ಮಲ-ಮಾಯೆಗಳಿಲ್ಲದ ಮನದಿಂದ ಗ್ರಹಿಸುವ ಮಹಾಂತರು ಪರಮಾನಂದಲಹರಿಯನ್ನು ಹೊಂದುವರು.

ಭವಾನಿ ತ್ವಂ ದಾಸೇ ಮಯಿ ವಿತರ ದೃಷ್ಟಿಂ ಸಕರುಣಾ-

ಮಿತಿ ಸ್ತೋತುಂ ವಾಂಛನ್ ಕಥಯತಿ ಭವಾನಿ ತ್ವಮಿತಿ ಯಃ ।

ತದ್ಯೈವ ತ್ವಂ ತಸ್ಮೈ ದಿಶಸಿ ನಿಜಸಾಯುಜ್ಯಪದವೀಂ

ಮುಕುಂದಬ್ರಹ್ಮೇಂದ್ರಸ್ಫುಟಮಕುಟನೀರಾಜಿತಪದಾಮ್ ॥

ಸ್ಮರಿಸಲು 'ಹೇ ಭವಾನಿ, ನೀ ದಾಸನಾದ ಎನಗೆ -

ಕರುಣೆ ತೋರು' ಎಂದು, 'ಹೇ ಭವಾನಿ ತ್ವಂ..' ಎನುತ

ಶುರುವಿಡುತಲೆ ಕೊಡುವೆ ನೀ ವಿಧಿಮುಕುಂದಇಂದ್ರರ

ಕಿರೀಟದಾರತಿಗೊಳುವ ಪದದ ನಿಜಸಾಯುಜ್ಯ ॥

"ಭವಾನಿ, ಈ ನಿನ್ನ ದಾಸನ ಮೇಲೆ ಕರುಣಾಭರಿತ ದೃಷ್ಟಿಯ ಹರಿಸು" ಎಂದು ಸ್ತುತಿಸಲು ಬಯಸಿ, "ಭವಾನಿ, ನೀನು.." ಎಂದ ಕ್ಷಣವೇ ನೀನು ಅವನಿಗೆ ಮುಕುಂದ, ಬ್ರಹ್ಮ ಇಂದ್ರರ, ಹೊಳೆವ ಮಕುಟಗಳಿಂದನೀರಾಜಿತವಾದ ಪದದ ನಿಜಸಾಯುಜ್ಯಪದವಿಯ ಅನುಗ್ರಹಿಸುವೆ.

ತ್ವಯಾ ಹೃತ್ವಾ ವಾಮಂ ವಪುರಪರಿತೃಪ್ಟೇನ ಮನಸಾ
ಶರೀರಾರ್ಧಂ ಶಂಭೋರಪರಮಪಿ ಶಂಕೇ ಹೃತಮಭೂತ್ |
ಯದೇತತ್ತ್ವದ್ರೂಪಂ ಸಕಲಮರುಣಾಭಂ ತ್ರಿನಯನಂ
ಕುಚಾಭ್ಯಾಮಾನಮ್ರಂ ಕುಟಿಲಶಶಿಚೂಡಾಲಮಕುಟಮ್ ‖

ಎಡದ ಭಾಗದೊಡೆತನದಲಿ ತಣಿವಿರದ ಮನದಲಿ
ಪಡುವೆ ನಾ ಶಂಕೆ, ತಾಯಿ - ಇತರರೆಗೂ ಬಂದೆಯ?
ಒಡಲು ಅರುಣವರ್ಣ, ಸ್ತನದ ಭಾರದಿಂದ ಬಾಗು
ಪಡೆದೆ ಹೇಗೆ ಚಂದ್ರಚೂಡ ಮಕುಟ ಮೂರುಕಣ್ಣ? ‖

ನಿನ್ನಿಂದ ಎಡದ ಅರ್ಧ ದೇಹವು ಆಕ್ರಮವಾದ ನಂತರ, ಅತೃಪ್ತ
ಮನದಿಂದ ಶಂಭುವಿನ ಇತರ ಅರ್ಧವನ್ನೂ ಆವರಿಸಿದೆಯೆಂದು
ನನಗೆ ಸಂಶಯ ಏಕೆಂದರೆ, ಈ ನಿನ್ನ ರೂಪ ಪೂರಾ
ಅರುಣಮಯವಾಗಿದ್ದು, ತ್ರಿನಯನಗಳುಳ್ಳದ್ದು, ಕುಚಗಳಿಂದ ಬಾಗಿದ್ದು,
ಕುಟಿಲಶಶಿಚೂಡ ಮಕುಟವ ಧರಿಸಿದೆ.

ಜಗತ್ಸುತೇ ಧಾತಾ ಹರಿರವತಿ ರುದ್ರಃ ಕ್ಷಪಯತೇ
ತಿರಸ್ಕುರ್ವನ್ನೇತತ್ಸ್ಮಪಿ ವಪುರೀಶಸ್ತಿರಯತಿ ।
ಸದಾಪೂರ್ವಃ ಸರ್ವಂ ತದಿದಮನುಗೃಹ್ಣಾತಿ ಚ ಶಿವ-
ಸ್ತವಾಜ್ಞಾಮಾಲಂಬ್ಯ ಕ್ಷಣಚಲಿತಯೋಭ್ರೂಲತಿಕಯೋಃ ॥

ಜಗವ ಧಾತ ಸೃಜಿಸಿ, ಹರಿ ಪೊರೆವ, ರುದ್ರ ಕಳೆವ-
ಜಗದೀಶನಿವರ ಸೆಳೆದು ಸದಾಶಿವನೊಳಗಾಗುವ,
ಸಿಗಲು ತವ ಭ್ರೂಲತಿಕೆಯ ಚಣಚಲನದ ಆಜ್ಞೆ
ಆಗುಗೊಳಿಪನೆಲ್ಲವಿದ ಸದಾಶಿವನು ಖಂಡಿತ ॥

ಜಗವನ್ನು ಧಾತ ಸೃಜಿಸಿವನು, ಹರಿ ಪೊರೆವನು, ರುದ್ರ ನಾಶ
ಮಾಡುವನು ಈಶನು ಇವರ ಹಿಂತೆಗೆದುಕೊಂಡು, ತನ್ನ
ದೇಹವನ್ನೂ ಸದಾಶಿವನಲ್ಲಿ ಲಯಗೊಳಿಸುವನು. ಇದೆಲ್ಲದರಲ್ಲಿ
ಶಿವನು ನಿನ್ನ ಭ್ರೂಲತಿಕೆಯ ಕ್ಷಣಚಲನದ ಆಜ್ಞೆಯನುಸಾರ
ನಡೆದುಕೊಳ್ಳುವನು.

ತ್ರಯಾಣಾಂ ದೇವಾನಾಂ ತ್ರಿಗುಣಜನಿತಾನಾಂ ತವ ಶಿವೇ

ಭವೇತ್ ಪೂಜಾ ಪೂಜಾ ತವ ಚರಣಯೋರ್ಯಾ ವಿರಚಿತಾ ।

ತಥಾ ಹಿ ತ್ವತ್ಪಾದೋದ್ವಹನಮಣಿಪೀಠಸ್ಯ ನಿಕಟೇ

ಸ್ಥಿತಾ ಹ್ಯೇತೇ ಶಶ್ವನ್ಮುಕುಲಿತಕರೋತ್ತಂಸಮಕುಟಾಃ ॥

ಶಿವ ನಿನ್ನ ಪಾದಗಳ ಪೂಜೆಗೈಯಲು ಅದುವೇ

ತವತ್ರಿಗುಣದಲಾದ ತ್ರಿಮೂರ್ತಿಗಳಿಗು ಸಲಿಕೆ

ಅವರಿಗರ್ಪೀತ ಸಹಜ ನಿನ್ನ ಮಣಿಪೀಠ ಬಳಿ

ಅವರಿಹರು ಚಿರಕಾಲ ಕರಮುಗಿದು ಶಿರಬಾಗಿ ॥

ಶಿವೇ, ನಿನ್ನ ಚರಣಗಳಿಗೆ ಮಾಡಿದ ಪೂಜೆಯು, ನಿನ್ನ ತ್ರಿಗುಣಗಳಿಂದ ಹುಟ್ಟಿದ ತ್ರಿಮೂರ್ತಿಗಳಿಗೂ ಸಲ್ಲುತ್ತದೆ. ಇದು ಸರಿಯೇ, ಏಕೆಂದರೆ, ನಿನ್ನ ಪಾದಗಳಿರುವ ಮಣಿಪೀಠದ ನಿಕಟದಲ್ಲಿ ಕೈ ಮುಗಿದು, ಕಿರೀಟಗಳ ಬಾಗಿಸಿ, ಸದಾ ಅವರು ನಿಂತಿರುತ್ತಾರೆ.

ವಿರಿಂಚಿಃ ಪಂಚತ್ವಂ ವ್ರಜತಿ ಹರಿರಾಪ್ನೋತಿ ವಿರತಿಂ

ವಿನಾಶಂ ಕೀನಾಶೋ ಭಜತಿ ಧನದೋ ಯಾತಿ ನಿಧನಮ್ ।

ವಿತಂದ್ರೀ ಮಾಹೇಂದ್ರೀ ವಿತತಿರಪಿ ಸಂಮೀಲಿತದೃಶಾ

ಮಹಾಸಂಹಾರೇಸ್ಮಿನ್ ವಿಹರತಿ ಸತಿ ತ್ವತ್ಪತಿರಸೌ ॥

ವಿರಿಂಚಿ ಪಂಚತ್ವವನು, ವಿನಾಶವನು ಯಮನು

ಹರಿಯು ವಿರತಿಯನು, ಕುಬೇರ ನಿಧನವನು ಹೊಂದಿ

ಪರಿವೆಯಿರದಲಿ ಇಂದ್ರವಿತತಿ ನಿದ್ರಿಸೆ, ಸತಿಯೇ,

ಇರುವ ತವ ಪತಿ ಮಹಾಪ್ರಳಯದಲಿ ವಿಹರಿಸುತ ॥

ವಿರಿಂಚಿಯು ಪಂಚತ್ವವನ್ನು ಪಡೆವನು, ಹರಿಯು ವಿರತಿಯನ್ನು ಹೊಂದುವನು, ಯಮನು ವಿನಾಶವನ್ನು, ಧನದ(ಕುಬೇರ)ನು ನಿಧನವನ್ನು ಹೊಂದುವರು. ಮಾಹೇಂದ್ರ ಸಮೂಹವೂ ಕಣ್ಮುಚ್ಚಿ ನಿದ್ರಿಸುತಿರಲು, ಹೇ ಸತಿಯೇ, ಈ ಮಹಾಪ್ರಳಯದಲ್ಲಿ, ನಿನ್ನ ಪತಿ ವಿಹರಿಸುವನು.

ಜಪೋ ಜಲ್ಪಃ ಶಿಲ್ಪಂ ಸಕಲಮಪಿ ಮುದ್ರಾವಿರಚನಾ

ಗತಿಃ ಪ್ರಾದಕ್ಷಿಣ್ಯಕ್ರಮಣಮಶನಾದ್ಯಾಹುತಿವಿಧಿಃ ।

ಪ್ರಣಾಮಃ ಸಂವೇಶಃ ಸುಖಮಖಿಲಮಾತ್ಮಾರ್ಪಣದೃಶಾ

ಸಪರ್ಯಾಪರ್ಯಾಯಸ್ತವ ಭವತು ಯನ್ಮೇ ವಿಲಸಿತಮ್ ॥

ಮಾತೆಲ್ಲ ಮಂತ್ರಜಪ, ಕೈಕೆಲಸವದು ಮುದ್ರೆ

ಗತಿ ಪ್ರದಕ್ಷಿಣೆಯಾಗಿ, ತಿನುವುದಾಹುತಿಯಾಗಿ

ಪ್ರತಿಬಾರಿ ಮಲಗೆ ಪ್ರಣಾಮ, ಎನ್ನಖಿಲ ಸುಖ

ಇಂತು ಆತ್ಮಾರ್ಪಣೆಯಲಾಗಲಾರಾಧನೆಯು ॥

ಮಾತೆಲ್ಲ ಜಪವಾಗಿ, ಕೈಕೆಲಸಗಳು ಮುದ್ರೆ ರಚನೆಯಾಗಿ, ಗತಿ ಪ್ರದಕ್ಷಿಣೆಯಾಗಿ, ಅಶನಾದಿಗಳು ಆಹುತಿವಿಧಿಗಳಾಗಿ, ಮಲಗುವುದು ಪ್ರಣಾಮವಾಗಿ, ಅಖಿಲ ಸುಖವೂ ಆತ್ಮಾರ್ಪಣೆಯಂತಾಗಿ, ನನ್ನ ಕ್ರಿಯೆಯೆಲ್ಲವೂ ನಿನ್ನ ಪೂಜೆಯಂತಾಗಲಿ.

ಸುಧಾಮಪ್ಯಾಸ್ವಾದ್ಯ ಪ್ರತಿಭಯಜರಾಮೃತ್ಯುಹರಿಣೀಂ
ವಿಪದ್ಯಂತೇ ವಿಶ್ವೇ ವಿಧಿಶತಮಖಾದ್ಯಾ ದಿವಿಷದಃ ।
ಕರಾಲಂ ಯತ್ ಕ್ಷ್ವೇಲಂ ಕಬಲಿತವತಃ ಕಾಲಕಲನಾನ
ಶಂಭೋಸ್ತನ್ಮೂಲಂ ತವ ಜನನಿ ತಾಟಂಕಮಹಿಮಾ ॥

ವಿಧಿಶತಮಖಾದಿ ದೇವದೇವತೆಗಳದೆಲ್ಲ

ಸುಧೆಯ ಸವಿದರು ಜರಾಮೃತ್ಯುಭಯ ದೂರಿಡಲು

ಆದರವರಳಿವರದೇ ಕಾಳಕೂಟವ ಕುಡಿದ

ಸದಾಶಿವಗಳಿವಿಲ್ಲ ನಿನ್ನೋಲೆ ಮಹಿಮೆಯಲಿ ॥

ಜರಾಮೃತ್ಯುಹರಿಣೆಯಾದ ಸುಧೆಯ ಸವಿದರೂ ವಿಧಿಶತಮಖಾದಿ
ದೇವದೇವತೆಗಳೆಲ್ಲಾ ಕೊನೆಯ ಹೊಂದುವರು. ಆದರೆ ಕಾಳಕೂಟವ
ನುಂಗಿದ ಶಂಭುವು ಕಾಲದ ಕ್ರಮಕ್ಕೆ ಈಡಾಗನು. ಹೇ ಜನನಿ, ಇದು
ನಿನ್ನ ತಾಟಂಕ(ಓಲೆ)ಯ ಮಹಿಮೆ.

ಕಿರೀಟಂ ವೈರಿಂಚಂ ಪರಿಹರ ಪುರಃ ಕೈಟಭಭಿದಃ
ಕಠೋರೇ ಕೋಟೀರೇ ಸ್ಖಲಸಿ ಜಹಿ ಜಂಭಾರಿಮುಕುಟಮ್ ।
ಪ್ರಣಮ್ರೇಷ್ವೇತೇಷು ಪ್ರಸಭಮುಪಯಾತಸ್ಯ ಭವನಂ
ಭವಸ್ಯಾಭ್ಯುತ್ಥಾನೇ ತವ ಪರಿಜನೋಕ್ತಿರ್ವಿಜಯತೇ ॥

ಬರುವ ಹರನೆಂದು ನೀ ಬರಗೊಳಲು ಭರದಿಂದ
ಹೊರಟಿರಲು ಪರಿಜನರು "ದಾಟು ಇಂದ್ರಕಿರೀಟ,
ವಿರಿಂಚಿಯ ಮಕುಟವದು, ಕೈಟಭನ ಕಾಠಿಣ್ಯ-
ಕಿರೀಟವನೆಡವದಿರು" ಎನುತಲಿ ಜಯಗರೆವರು ॥

ಹರನು ಭವನಕ್ಕ ಬರುತಿರಲು, ಗೌರವದಿಂದ ಬರಗೊಳಲು ನೀನು
ಆತುರದಲಿ ಎದ್ದಾಗ, ದೇವತೆಗಳು ಪ್ರಣಾಮಗೈಯುತಿರಲು, ನಿನ್ನ
ಪರಿಜನರ,"ವಿರಿಂಚಿಯ ಕಿರೀಟವ ಪರಿಹರಿಸಿಕೋ, ಕೈಟಭನ
ಕಾಠಿಣ್ಯಕಿರೀಟವನೆಡವದಿರು, ಜಂಭಾರಿ(ಇಂದ್ರ)ಯ ಮಕುಟದಿಂದ
ದೂರವಾಗು" ಎಂಬ ಉಕ್ತಿಗಳಿಗೆ ಜಯವಿರಲಿ.

ಸ್ವದೇಹೋದ್ಭೂತಾಭಿರ್ಘೃಣಿಭಿರಣಿಮಾದ್ಯಾಭಿರಭಿತೋ
ನಿಷೇವ್ಯೇ ನಿತ್ಯೇ ತ್ವಾಮಹಮಿತಿ ಸದಾ ಭಾವಯತಿ ಯಃ ।
ಕಿಮಾಶ್ಚರ್ಯಂ ತಸ್ಯ ತ್ರಿನಯನಸಮೃದ್ಧಿಂ ತೃಣಯತೋ
ಮಹಾಸಂವರ್ತಾಗ್ನಿರ್ವಿರಚಯತಿ ನೀರಾಜನವಿಧಿಮ್ ॥

ನಿತ್ಯಳೆ ಪೂಜ್ಯಳೆ ನಿನ್ನೊಡಲಿಂದೊಡಮೂಡಿದ
ಅತಿಕಾಂತಿಯ ಅಣಿಮಾದಿಗಳೊಡನಿಹ ನಿನ್ನ
ಸತತ ತಾದಾತ್ಮ್ಯದಿ ಚಿಂತಿಪಗೆ - ಪ್ರಳಯಾಗ್ನಿ
ಎತ್ತುವುದಾರತಿ, ಶಿವಸಿರಿ ತೃಣ - ಇದಚ್ಚರಿಯೆ?

ಓ ಪೂಜ್ಯಳೇ, ನಿತ್ಯಳೇ, ನಿನ್ನೊಡಲಿಂದ ಉದ್ಭೂತವಾದ ಅಣಿಮಾದಿಗಳ ಕಿರಣಗಳಿಂದ ಸುತ್ತುವರಿಯಲ್ಪಟ್ಟ ನಿನ್ನನು ತಾನೇ (ಐಕ್ಯಜ್ಞಾನ) ಎಂದು ಭಾವಿಸಿ ಧ್ಯಾನಿಸುವವಗೆ ತ್ರಿನಯನನ ಸಮೃದ್ಧಿಯೂ ತೃಣ, ಇನ್ನಾತನಿಗೆ ಮಹಾಸಂವರ್ತಾಗ್ನಿಯು ನೀರಾಜನವಿಧಿ ಮಾಡುವುದು ಏನಾಶ್ಚರ್ಯ?

ಚತುಷಷ್ಟ್ಯಾ ತಂತ್ರೈಃ ಸಕಲಮತಿಸಂಧಾಯ ಭುವನಂ

ಸ್ಥಿತಸ್ತತ್ತತ್ಸಿದ್ಧಿಪ್ರಸವಪರತಂತ್ರೈಃ ಪಶುಪತಿಃ ।

ಪುನಸ್ತ್ವನ್ನಿರ್ಬಂಧಾದಖಿಲಪುರುಷಾರ್ಥೈಕಘಟನಾ-

ಸ್ವತಂತ್ರಂ ತೇ ತಂತ್ರಂ ಕ್ಷಿತಿತಲಮವಾತೀತರದಿದಮ್ ॥

ವಂಚಿಸಿದ ಶಿವ ಅರುವತ್ತುನಾಲ್ಕು ತಂತ್ರವ ಮಾತ್ರ

ಮುಂಚೆ ಲೋಕಕೆ ನೀಡಿ - ಸಿದ್ಧಿಪ್ರದ ಪ್ರತಿಯೊಂದು,

ವಂಚಿಸದೇ ನಂತರದಿ ನಿನ್ನ ನಿಬ೯ಂಧದಲಿ

ಹಂಚಿದನು ಅಖಿಲಪುರುಷಾರ್ಥಪ್ರದ ನಿನ ತಂತ್ರ ॥

ಶಿವನು, ವಿವಿಧಸಿದ್ಧಿಗಳ ಪ್ರತ್ಯೇಕವಾಗಿ ನೀಡುವ, ಅರುವತ್ತುನಾಲ್ಕು ತಂತ್ರಗಳನ್ನು ನೀಡಿ, ಭುವನವ ವಂಚಿಸಿ, ಸುಮ್ಮನಾದ. ಆದರೆ ಪುನ: ನಿನ್ನ ನಿಬ೯ಂಧದಲಿ, ಅಖಿಲಪುರುಷಾರ್ಥಗಳ ಏಕೀಕರಿಸಿ, ಸ್ವತಂತ್ರವಾಗಿ ನೀಡುವ ನಿನ್ನ ಈ ತಂತ್ರವ ಕ್ಷಿತಿತಲಕ್ಕೆ ಅವತರಿಸುವಂತೆ ಮಾಡಿದನು.

ಶಿವಃ ಶಕ್ತಿಃ ಕಾಮಃ ಕ್ಷಿತಿರಥ ರವಿಃ ಶೀತಕಿರಣಃ

ಸ್ಮರೋ ಹಂಸಃ ಶಕ್ರಸ್ತದನು ಚ ಪರಾಮಾರಹರಯಃ ।

ಅಮೀ ಹೃಲ್ಲೇಖಾಭಿಸ್ತಿಸೃಭಿರವಸಾನೇಷು ಘಟಿತಾ

ಭಜಂತೇ ವರ್ಣಾಸ್ತೇ ತವ ಜನನಿ ನಾಮಾವಯವತಾಂ ॥

ಶಿವ, ಶಕ್ತಿ, ಕಾಮ, ಕ್ಷಿತಿ, ಮತ್ತು - ರವಿ, ಶೀತಕಿರಣ,

ಅವು ಹಾಗು ಸ್ಮರ, ಹಂಸ, ಶಕ್ರ, ಪರಾ, ಮಾರ, ಹರ,

ಇವು ಜತೆಗೆ ಮೂರು ಹ್ರೀಂಕಾರ, ತುದಿಗಿಡಲಿಂತು,

ಭವಿಸುವುವು ನಿನ್ನ ಮಂತ್ರದ ಅವಯವಗಳೆಲ್ಲ ॥

ಶಿವ, ಶಕ್ತಿ, ಕಾಮ, ಕ್ಷಿತಿ, ಮತ್ತು - ರವಿ, ಶೀತಕಿರಣ, ಹಾಗು ಸ್ಮರ, ಹಂಸ, ಶಕ್ರ, ಪರಾ, ಮಾರ, ಹರ, ಇವುಗಳು ಜತೆಗೆ ಮೂರು ಹ್ರೀಂಕಾರ, ತುದಿಗಿಡಲು, ನಿನ್ನ ನಾಮದ ಅವಯವಗಳಾಗುವುವು, ಹೇ ಜನನಿ.

33

ಸ್ಮರಂ ಯೋನಿಂ ಲಕ್ಷ್ಮೀಂ ತ್ರಿತಯಮಿದಮಾದೌ ತವ ಮನೋ-

ರ್ನಿಧಾಯ್ಯೈಕೇ ನಿತ್ಯೇ ನಿರವಧಿಮಹಾಭೋಗರಸಿಕಾಃ |

ಭಜಂತಿ ತ್ವಾಂ ಚಿಂತಾಮಣಿಗುನನಿಬದ್ಧಾಕ್ಷವಲಯಾಃ

ಶಿವಾಗ್ನೌ ಜುಹ್ವಂತಃ ಸುರಭಿಘೃತಧಾರಾಹುತಿಶತೈಃ ||

ಸ್ಮರಯೋನಿಲಕ್ಷ್ಮಿ - ಮೂರನು ನಿನ್ನ ಮಂತ್ರದ ಮೊದಲು

ಇರಿಸಿ, ಚಿಂತಾಮಣಿಯ ನೇಯ್ದ ಜಪಮಾಲೆಯನು

ಧರಿಸಿ, ಮಹಾಭೋಗರಸಿಕರು ಶಿವಾಗ್ನಿಗೆ, ನೂರು

ಸುರಭಿಘೃತಧಾರೆಯಾಹುತಿಗೈದು ಪೂಜಿಪರು ||

ಸ್ಮರ,ಯೋನಿ,ಲಕ್ಷ್ಮಿ - ಈ ಮೂರನು ನಿನ್ನ ಮಂತ್ರದ ಮೊದಲು ಇರಿಸಿ,
ಓ ನಿತ್ಯೇ, ಕೆಲ ನಿರವಧಿ ಮಹಾಭೋಗರಸಿಕರು, ಚಿಂತಾಮಣಿಯ
ನೇಯ್ದ ಜಪಮಾಲೆಯೊಂದಿಗೆ, ಶಿವಾಗ್ನಿಗೆ ನೂರು
ಸುರಭಿಘೃತಧಾರೆಯ ಆಹುತಿಗೈದು, ನಿನ್ನ ಪೂಜಿಪರು.

ಶರೀರಂ ತ್ವಂ ಶಂಭೋಃ ಶಶಿಮಿಹಿರವಕ್ಷೋರುಹಯುಗಂ
ತವಾತ್ಮಾನಂ ಮನ್ಯೇ ಭಗವತಿ ನವಾತ್ಮಾನಮನಘಮ್ ।
ಅತಶ್ಶೇಷಶ್ಶೇಷೀತ್ಯಯಮುಭಯಸಾಧಾರಣತಯಾ
ಸ್ಥಿತಃ ಸಂಬಂಧೋ ವಾಂ ಸಮರಸಪರಾನಂದಪರಯೋಃ ॥

ಮಿಹಿರಶಶಿ ವಕ್ಷವಾಗಿಹ ನೀ ಶಂಭುವಿನ ದೇಹಿ,
ದೇಹ ನಿನದೆಂದು ನವಾತ್ಮನಿಹ ಅನಘನ ತಿಳಿವೆ,
ಇಹುದಿಂತು ಶೇಷ - ಶೇಷೀ ರೂಪಿ ಸಮಸ್ಥಿತಿಯು,
ಅಹುದು ನಿಮ್ಮದು ಪರಾನಂದಪರ ಸಮರಸವು ॥

ಮಿಹಿರಶಶಿಗಳು ವಕ್ಷವಾಗಿರುವ ಶಂಭುವಿನ ದೇಹಿ ನೀನು.
ನವಾತ್ಮನಾದ ಅನಘನನ್ನು ನಿನ್ನ ದೇಹವೆಂದೇ ನಾ ತಿಳಿವೆ.
ಹೀಗೆ ಶೇಷ - ಶೇಷೀ ರೂಪದ ನಾಮರಸ್ಯದ ಸ್ಥಿತಿಯು ಇರಲು,
ನಿಮ್ಮದು ಪರಾನಂದಪರ ಸಮರಸವು.

ಮನಸ್ತ್ವಂ ವ್ಯೋಮ ತ್ವಂ ಮರುದಸಿ ಮರುತ್ಸಾರಥಿರಸಿ

ತ್ವಮಾಪಸ್ತ್ವಂ ಭೂಮಿಸ್ತ್ವಯಿ ಪರಿಣತಾಯಾಂ ನ ಹಿ ಪರಮ್ ।

ತ್ವಮೇವ ಸ್ವಾತ್ಮಾನಂ ಪರಿಣಮಯಿತುಂ ವಿಶ್ವವಪುಷಾ

ಚಿದಾನಂದಾಕಾರಂ ಶಿವಯುವತಿ ಭಾವೇನ ಬಿಭೃಷೇ ॥

ಮನ ನೀನು, ನೀ ವ್ಯೋಮ, ಮರುತ ನೀ, ಅಗ್ನಿ ನೀ

ನೀನೇ ಜಲ, ನೀ ಭೂಮಿ, ನೀನೇ ಎಲ್ಲವು, ಬೇರೆ

ಇನ್ನಿರದು, ತಾ ಲೋಕವಾಗಲೆಂದೇ ಬಯಸಿ-

ಮುನ್ನ ಧರಿಸಿದೆ- ಶಿವೆಯ ಚಿದಾನಂದದ ರೂಪ ॥

ಮನ ನೀನು, ನೀ ವ್ಯೋಮ, ಮರುತ ನೀ, ಅಗ್ನಿ ನೀ

ನೀನೇ ಜಲ, ನೀ ಭೂಮಿ, ನೀನೇ ಎಲ್ಲವು, ಬೇರೆ ಇನ್ನಿರದು.

ತಾ ಲೋಕವಾಗಲೆಂದೇ ಬಯಸಿ - ಧರಿಸಿದೆ -

ಚಿದಾನಂದದ ರೂಪವನ್ನು, ಓ ಶಿವಯುವತಿ!

ತವಾಜ್ಞಾಚಕ್ರಸ್ಥಂ ತಪನಶಶಿಕೋಟಿದ್ಯುತಿಧರಂ

ಪರಂ ಶಂಭುಂ ವಂದೇ ಪರಿಮಿಲಿತಪಾರ್ಶ್ವಂ ಪರಚಿತಾ।

ಯಮಾರಾಧ್ಯನ್ ಭಕ್ತ್ಯಾ ರವಿಶಶಿಶುಚೀನಾಮವಿಷಯೇ

ನಿರಾಲೋಕೇಲೋಕೇ ನಿವಸತಿ ಹಿ ಭಾಲೋಕಭುವನೇ ॥

ಸ್ಮರಿಸುವೆನು ತಪನಶಶಿಕೋಟಿ ದ್ಯುತಿ ಧರಿಸಿರುವ,

ಪರಾಚಿತ್ತ ಪಾರ್ಶ್ವದಲಿ ಆವರಿಸಿದ – ಶಂಭುವ,

ಆರಾಧಿಸಲವನ ಭಕ್ತಿಯಲಿ, ನರಗಾವಾಸ -

ಸೂರ್ಯಶಶಿಯಿರದಗೋಚರ - ಭಾಲೋಕ ಭುವನ ॥

ನಿನ್ನ ಆಜ್ಞಾಚಕ್ರದಲ್ಲಿರುವ ತಪನಶಶಿಕೋಟಿ ದ್ಯುತಿ ಧರಿಸಿರುವ, ಪರಾಚಿತ್ತಗಳು ಪಾರ್ಶ್ವದಲ್ಲಿರುವ – ಶಂಭುವಿಗೆ ನಮಿಸುವೆನು. ಅವನನ್ನು ಭಕ್ತಿಯಲಿ ಆರಾಧಿಸಲು, ಆ ಭಕ್ತನು, ರವಿಶಶಿಗಳಿರದ ಅಗೋಚರ - ಭಾಲೋಕ ಭುವನದಲ್ಲಿ ವಾಸಿಸುವನು.

ವಿಶುದ್ಧೌ ತೇ ಶುದ್ಧಸ್ಫಟಿಕವಿಶದಂ ವ್ಯೋಮಜನಕಂ
ಶಿವಂ ಸೇವೇ ದೇವೀಮಪಿ ಶಿವಸಮಾನವ್ಯವಸಿತಾಮ್ ।
ಯಯೋಃ ಕಾಂತ್ಯಾ ಯಾಂತ್ಯಾಃ ಶಶಿಕಿರಣಸಾರೂಪ್ಯಸರಣೇ-
ವಿಧೂತಾಂತಧ್ವಾಂತಾ ವಿಲಸತಿ ಚಕೋರೀವ ಜಗತೀ ॥

ಸೇವೆಗೈವೆ - ಶುದ್ಧಸ್ಫಟಿಕ ಸಮ, ಗಗನಜನಕ-
ಶಿವನ ಜತೆ ಸಮಾನ ಶಿವೆಯ ತವ ವಿಶುದ್ಧ ಚಕ್ರದಿ
ಇವರ ಕಾಂತಿಯ ಶಶಿಕಿರಣ ಹೊಮ್ಮಿ ಜಗವು ಬೆಳಗಿ
ಕವಿದ ತಮವು ಕಳೆದು ಚಕೋರಿಯಂತೆ ಹೊಳೆವುದು

ನಿನ್ನ ವಿಶುದ್ಧ ಚಕ್ರದಲ್ಲಿ, ಶುದ್ಧಸ್ಫಟಿಕದಂತೆ ವಿಶದನಾದ,
ವ್ಯೋಮಜನಕ, ಶಿವನ ಜತೆ ಸಮಾನವಾದ ಶಿವೆಯನ್ನು
ಸೇವಿಸುವೆ. ಇವರ ಶಶಿಯಕಿರಣದಂತೆ ಬೆಳಗುವ ಕಾಂತಿ ಜಗದ
ಆಂತರ್ಯದ ಅಂಧಕಾರವ ಓಡಿಸಿ, ಜಗವು ಚಕೋರಿಯಂತೆ
ಹೊಳೆಯುವುದು.

ಸಮುನ್ಮೀಲತ್ಸಂವಿತ್ಕಮಲಮಕರಂದೈಕರಸಿಕಂ

ಭಜೇ ಹಂಸದ್ವಂದ್ವಂ ಕಿಮಪಿ ಮಹತಾಂ ಮಾನಸಚರಮ್ ।

ಯದಾಲಾಪಾದಷ್ಟಾದಶಗುಣಿತವಿದ್ಯಾಪರಿಣತಿ-

ರ್ಯದಾದತ್ತೇ ದೋಷಾದ್ ಗುಣಮಖಿಲಮದ್ಭ್ಯಃ ಪಯ ಇವ ॥

ಯಾರು ಉಲಿಯಲು ಉದಯ ಹದಿನೆಂಟು ವಿಧ ವಿದ್ಯೆ,

ಹೀರಿ ಸಗುಣದ ಕ್ಷೀರ ಬಿಡುತ ದೋಷದ ನೀರ,

ಚರಿಸಿ ಮಹಿಮರ ಮನದ ಸರದಿ ಬಿರಿದ ಜ್ಞಾನ-

ನೀರಜದ ಮಧು ಸವಿವ, ಆ ಹಂಸಯುಗಕೆ ನಮಿಪೆ ॥

ಪೂರ್ಣಬಿರಿದ ಜ್ಞಾನ-ಕಮಲದ ಮಕರಂದ ಮಾತ್ರ ಸವಿಯುವ, ಮಹಾತ್ಮರ ಮಾನಸಸರೋವರದಲ್ಲಿ ಚರಿಸುವ, ಯಾರ ಉಲಿವಿನಿಂದ ಹದಿನೆಂಟು ವಿದ್ಯೆಗಳು ಪರಿಣತವಾದವೋ, ನೀರಿಂದ ಹಾಲ ಬೇರ್ಪಡಿಸಿದಂತೆ ದೋಷಗಳ ಬಿಟ್ಟು, ಎಲ್ಲ ಸದ್ಗುಣಗಳನ್ನು ಸ್ವೀಕರಿಸುವರೋ, ಆ ಅವರ್ಣನೀಯ ಹಂಸದ್ವಂದ್ವಕ್ಕೆ ನಮಿಸುವೆನು.

ತವ ಸ್ವಾಧಿಷ್ಠಾನೇ ಹುತವಹಮಧಿಷ್ಠಾಯ ನಿರತಂ

ತಮೀಡೇ ಸಂವರ್ತಂ ಜನನಿ ಮಹತೀಂ ತಾಂ ಚ ಸಮಯಾಮ್ ।

ಯದಾಲೋಕೇ ಲೋಕಾನ್ ದಹತಿ ಮಹತಿ ಕ್ರೋಧಕಲಿತೇ

ದಯಾರ್ದ್ರಾ ಯಾ ದೃಷ್ಟಿಃ ಶಿಶಿರಮುಪಚಾರಂ ರಚಯತಿ ॥

ತವ ಸ್ವಾಧಿಷ್ಠಾನದಲಿರಿಸಿ ಅಗ್ನಿಯ ನಿರತ -

ಸಂವರ್ತ ಅಗ್ನಿಯನು, ಮಹಾಸಮಯವನು - ನುತಿಪೆ,

ಯಾವ ಅತಿಖಿತಿಯ ನೋಟಕೆ ಲೋಕ ಸುಡುತಿರಲೂ -

ಕಾವುದೀ ತವದೃಷ್ಟಿ ಶಿಶಿರೋಪಚಾರದಲಿ ॥

ನಿನ್ನ ಸ್ವಾಧಿಷ್ಠಾನದಲ್ಲಿ ಅಗ್ನಿಯನ್ನು ಅಧಿಷ್ಠಾನ ಮಾಡಿ, ನಿರತ ನಾನು ಸಂವರ್ತ (ಅಗ್ನಿ) ಯನ್ನು, ಆ ಮಹಾ ಸಮಯಾಳನ್ನೂ ಸ್ತುತಿಸುವೆ, ಹೇ ಜನನಿ. (ರುದ್ರನ) ಕ್ರೋಧದ ನೋಟದಿಂದ ಲೋಕ ಸುಡುತ್ತಿರಲು ನಿನ್ನ ದಯಾರ್ದ್ರ ದೃಷ್ಟಿ ಶಿಶಿರೋಪಚಾರ ಮಾಡುವುದು.

ತಟಿತ್ತ್ವಂತಂ ಶಕ್ತ್ಯಾ ತಿಮಿರಪರಿಪಂಥಿಸ್ಫುರಣಯಾ
ಸ್ಫುರನ್ನಾನಾರತ್ನಾಭರಣಪರಿಣದ್ಧೇಂದ್ರಧನುಷಮ್ ।
ತವ ಶ್ಯಾಮಂ ಮೇಘಂ ಕಮಪಿ ಮಣಿಪೂರೈಕಶರಣಂ
ನಿಷೇವೇ ವರ್ಷಂತಂ ಹರಮಿಹಿರತಪ್ತಂ ತ್ರಿಭುವನಮ್ ॥

ಸುಡಲು ತ್ರಿಭುವನವ ಹರಮಿಹರ, ಮಳೆಗೈದ ತವ
ಕಡುಕರಿಯ ಮುಗಿಲ ಮಣಿಪೂರದಲಿ ಪೂಜಿಸುವೆ,
ಒಡನಿವೆ - ತಿಮಿರದ ವೈರಿ ಪೊಳೆವ ಮಿಂಚಿನ ಶಕ್ತಿ,
ಒಡವೆ ನಾನಾರತ್ನದೊಡಲ ಇಂದ್ರನ ಧನುವು ॥

ತಿಮಿರದ ವೈರಿಯಾದ ಹೊಳೆಯುವ ಮಿಂಚಿನ ಶಕ್ತಿಯೊಂದಿಗಿರುವ, ನಾನಾ ರತ್ನಾಭರಣಗಳಿಂದಾದ ಇಂದ್ರಧನುಸ್ಸನ್ನು ತಳೆದಿರುವ, ಹರಮಿಹರತಪ್ತ ತ್ರಿಭುವನಗಳಲ್ಲಿ ಮಳೆಗೈಯುವ, ನಿನ್ನ ಶ್ಯಾಮಮೇಘವನ್ನು ಮಣಿಪೂರದಲಿ ಪೂಜಿಸುವೆ.

ತವಾಧಾರೇ ಮೂಲೇ ಸಹ ಸಮಯಯಾ ಲಾಸ್ಯಪರಯಾ

ನವಾತ್ಮಾನಂ ಮನ್ಯೇ ನವರಸಮಹಾತಾಂಡವನಟಮ್ ।

ಉಭಾಭ್ಯಾಮೇತಾಭ್ಯಾಮುದಯವಿಧಿಮುದ್ದಿಶ್ಯ ದಯಯಾ

ಸನಾಥಾಭ್ಯಾಂ ಜಜ್ಞೇ ಜನಕಜನನೀಮಜ್ಜಗದಿದಮ್ ॥

ನವರಸದ ಮಹಾತಾಂಡವವ ನರ್ತಿಸುತಿರುವ,

ನವಾತ್ಮಾನನ ಲಾಸ್ಯದಿಟ್ಟೆಯ ಸಮಯಾಸಹಿತ,

ತವ ಮೂಲಾಧಾರದಲಿ ಪೂಜಿಸುವೆ, ಹೊಂದಿಹುದು-

ಅವರ ದಯದಲಿ ಉದಿಸಿ - ಜಗ ಜನಕಜನಕಿಯರ ॥

ಲಾಸ್ಯದಿಟ್ಟೆಯ ಸಮಯಾಸಹಿತ, ನವರಸಭರಿತ ಮಹಾತಾಂಡವವ ನರ್ತಿಸುತಿರುವ, ನವಾತ್ಮಾನನನ್ನು ನಿನ್ನ ಮೂಲಾಧಾರದಲ್ಲಿ ಪೂಜಿಸುವೆ. ಲೋಕದ ಉತ್ಪತ್ತಿಗೋಸುಗ ದಯೆಯಿಂದ ಕೂಡಿದ ಇವರಿಬ್ಬರಲ್ಲಿ ಜಗವು ಜನಕಜನಕಿಯರನ್ನು ಹೊಂದಿದೆ.

ಗತ್ಯೈರ್ಮಾಣಿಕ್ಯತ್ವಂ ಗಗನಮಣಿಭಿಃ ಸಾಂದ್ರಘಟಿತಂ

ಕಿರೀಟಂ ತೇ ಹೈಮಂ ಹಿಮಗಿರಿಸುತೇ ಕೀರ್ತಯತಿ ಯಃ ।

ಸ ನೀಡೇಯಚ್ಛಾಯಾಚ್ಛುರಣಶಬಲಂ ಚಂದ್ರಶಕಲಂ

ಧನುಃ ಶೌನಾಸೀರಂ ಕಿಮಿತಿ ನ ನಿಬಧ್ನಾತಿ ಧಿಷಣಾಮ್ ॥

ದ್ವಾದಶಾದಿತ್ಯರು ಮಣಿಗಳಾಗಿ ಸಾಂದ್ರದಲಿ

ಹುದುಗೆ, ನಿನ್ನಯ ಹೊನ್ನ ಮಕುಟ ಬಣ್ಣಿಪ ಕವಿಯು -

ಹೊಂದಿರುವ ದಿವ್ಯಮಣಿಕಾಂತಿ ಬಹು ಬಣ್ಣಗಳ

ಇಂದುಶಕಲವ - ಇಂದ್ರಧನುವೆಂದು ಬಣ್ಣಿಸನೆ? ॥

ಹೇ   ಹಿಮಗಿರಿಸುತೇ,   ಗಗನಮಣಿಗಳು(ದ್ವಾದಶಾದಿತ್ಯರು)

ಮಣಿಗಳಾಗಿ ದಟ್ಟವಾಗಿ ಸೇರಿದ ನಿನ್ನ ಚಿನ್ನದ ಕಿರೀಟವನ್ನು,

ಕೀರ್ತಿಸುವವನು   ದಿವ್ಯಮಣಿಕಾಂತಿಯ,   ಬಹು   ಬಣ್ಣಗಳ,

ಚಂದ್ರಶಕಲವನ್ನು, ಇಂದ್ರಧನುವೆಂದು ಹೇಳಿ ಕಾವ್ಯವ ರಚಿಸದಿಹನೆ?

43

ಘನೋತು ಧ್ವಾಂತಂ ನಸ್ತುಲಿತದಲಿತೇಂದೀವರವನಂ
ಘನಸ್ನಿಗ್ಧಶ್ಲಕ್ಷ್ಣಂ ಚಿಕುರನಿಕುರುಂಬಂ ತವ ಶಿವೇ ।
ಯದೀಯಂ ಸೌರಭ್ಯಂ ಸಹಜಮುಪಲಬ್ಧುಂ ಸುಮನಸೋ
ವಸಂತ್ಯಸ್ಮಿನ್ ಮನ್ಯೇ ವಲಮಥನವಾಟೀವಿಟಪಿನಾಮ್ ॥

ಅರಳಿದ ಇಂದೀವರ ಗೊಂಚಲಂತೆ ಶಿವೆ ನಿನ್ನ
ತುರುಬು ಮೃದುಘನಸ್ನಿಗ್ಧ, ಅದು ಎಮ್ಮೊಳಗಿನ
ಇರುಳ ಕಳೆಯಲಿ, ತುರುಬಲಿಹವು - ನಂದನವನದ
ತರುಗಳಿನಸುಮಗಳು - ಬಯಸಿ ಸಹಜ ಸೌರಭವ ॥

ಅರಳಿದ ಇಂದೀವರ (ಕನ್ನೈದಿಲೆ) ಗೊಂಚಲಂತೆ, ನಿನ್ನ ಚಿಕುರ
ನಿಕುರಂಬ(ತುರುಬು)ವು ಘನ,ಸ್ನಿಗ್ಧ, ಮೃದು, ಓ ಶಿವೆ. ಅದು
ಎಮ್ಮೊಳಗಿನ ಕತ್ತಲ ಕಳೆಯಲಿ. ಅದರಲ್ಲಿ ವಲಮಥನ(ಇಂದ್ರ)ನ
ನಂದನವನದ ತರುಗಳಿನ ಸುಮಗಳು, ಅದರ ಸಹಜ ಸೌರಭದ
ಉಪಲಬ್ಧಿಗಾಗಿ, ನೆಲೆಗೊಂಡಿವೆ.

ತನೋತು ಕ್ಷೇಮಂ ನಸ್ತವ ವದನಸೌಂದರ್ಯಲಹರೀ

ಪರೀವಾಹಸ್ರೋತಃ ಸರಣಿರಿವ ಸೀಮಂತಸರಣಿಃ ।

ವಹಂತೀ ಸಿಂದೂರಂ ಪ್ರಬಲಕಬರೀಭಾರತಿಮಿರ-

ದ್ವಿಷಾಂ ಬೃಂದೈರ್ಬಂದೀಕೃತಮಿವ ನವೀನಾರ್ಕಕಿರಣಮ್ ॥

ವದನಸೌಂದರ್ಯಲಹರೀ ಪ್ರವಾಹವು ಹರಿವ

ಹಾದಿಯಾಗುತ, ತುಂಬು ಕೇಶದಲಿ ಕತ್ತಲಿನ

ಬಂಧಿಯಾಗಿಹ ಬಾಲರವಿಕಿರಣದಂತಿರುವ,

ಸಿಂಧೂರವಿಹ, ನಿನ್ನ ಬೈತಲೆ ಒಳಿತು ತರಲಿ ॥

ನಿನ್ನ ವದನಸೌಂದರ್ಯಲಹರೀ ಪ್ರವಾಹವು ಹರಿವ ಹಾದಿಯಂತಿರುವ,ಕಬರೀಭಾರ(ತುಂಬು ಕೇಶ)ದಲ್ಲಿ ಕತ್ತಲಿನ ಹಗೆಗಳ ಬಂಧಿಯಾಗಿಹ ಬಾಲಅರ್ಕಕಿರಣದಂತಿರುವ, ಸಿಂಧೂರ ಹೊಂದಿರುವ, ನಿನ್ನ ಸೀಮಂತಸರಣಿ(ಬೈತಲೆ) ಕ್ಷೇಮವನ್ನು ದಯಪಾಲಿಸಲಿ.

ಅರಾಲೈಃ ಸ್ವಾಭಾವ್ಯಾದಲಿಕಲಭಸಶ್ರೀಭಿರಲಕೈಃ
ಪರೀತಂ ತೇ ವಕ್ತ್ರಂ ಪರಿಹಸತಿ ಪಂಕೇರುಹರುಚಿಮ್ ।
ದರಸ್ಕೇ ರೇ ಯಸ್ಮಿನ್ ದಶನರುಚಿಕಿಂಜಲ್ಕರುಚಿರೇ
ಸುಗಂಧೌ ಮಾದ್ಯಂತಿ ಸ್ಮರದಹನಚಕ್ಷುರ್ಮಧುಲಿಹಃ ॥

ಮರಿದುಂಬಿವೊಲು ಸಹಜ ಕುಟಿಲ ಮುಂಗುರುಳಿಂದ
ಪರಿವೃತ ನಿನ್ನ ಮುಖ - ಕಮಲವನು ಅಣಕಿಸಿದೆ,
ಅರೆನಗುವಿನಂದದ ಕೇಸರ ದಂತ ಮೊಗದಲ್ಲಿ
ಸ್ಮರದಹನನ ಕಣ್ಡುಂಬಿಗಳಾನಂದಿಸುತಿವೆ ॥

ಮರಿದುಂಬಿಗಳ ಸೌಂದರ್ಯದ ಸಹಜ ಕುಟಿಲ ಮುಂಗುರುಳಿಂದ
ಪರಿವೃತವಾದ ನಿನ್ನ ಮುಖ, ಪಂಕೇರುಹ(ಕಮಲ)ದ ಸೊಬಗನ್ನು
ಪರಿಹಾಸ ಮಾಡಿದೆ. ಅರೆನಗುವಿನಂದದ, ಸುಗಂಧಭರಿತ, ಕಮಲದ
ಕೇಸರಗಳ ಸೊಬಗಿನ ಹೊಳೆವ ದಂತಪಂಕ್ತಿಯ ಮೊಗದಲ್ಲಿ
ಸ್ಮರದಹನನ ಕಣ್ಡುಂಬಿಗಳು ಸಂತಸದಿಂದಿವೆ.

ಲಲಾಟಂ ಲಾವಣ್ಯದ್ಯುತಿವಿಮಲಮಾಭಾತಿ ತವ ಯ-
ದ್ಧಿತೀಯಂ ತನ್ಮನ್ಯೇ ಮಕುಟಘಟಿತಂ ಚಂದ್ರಶಕಲಮ್ ।
ವಿಪರ್ಯಾಸನ್ಯಾಸಾದುಭಯಮಪಿ ಸಂಭೂಯ ಚ ಮಿಥಃ
ಸುಧಾಲೇಪಸ್ಯೂತಿಃ ಪರಿಣಮತಿ ರಾಕಾಹಿಮಕರಃ   ॥

ಲಾವಣ್ಯದ್ಯುತಿಯಿಂದ ಪೊಳೆವ ವಿಮಲಲಲಾಟ

ತವ ಮಕುಟದಿನ್ನೊಂದು ಬಾಲಶಶಿಯಿಂದರಿವ,

ಅವೆರಡ ತಿರುಗಿಡೆ ಮತ್ತೆ ಗೈಯೆ ಅಮೃತಲೇಪ-

ಭವಿಸುವುದು ಹುಣ್ಣಿಮೆಯ ಪೂರ್ಣಚಂದ್ರದ ಬಿಂಬ   ॥

ಲಾವಣ್ಯದ್ಯುತಿಯಿಂದ ಹೊಳೆಯುವ ವಿಮಲಲಲಾಟ(ಹಣೆ) ನಿನ್ನ
ಮಕುಟಕ್ಕೆ ಸೇರಿದ ಇನ್ನೊಂದು ಚಂದ್ರಶಕಲ(ಚೂರು) ಎಂದು
ನನಗೆನಿಸುವುದು.   ಉಭಯರನ್ನೂ   ತಿರುಗಿಸಿ   ಇಟ್ಟು,
ಸುಧಾಲೇಪನದಿಂದ   ಅಂಟಿಸಲು,   ಹುಣ್ಣಿಮೆಯ
ಹಿಮಕರ(ಚಂದ್ರ)ದಂತಾಗುವುದು.

ಭ್ರುವೌ ಭುಗ್ನೇ ಕಿಂಚಿದ್ಭುವನಭಯಭಂಗವ್ಯಸನಿನಿ
ತ್ವದೀಯೇ ನೇತ್ರಾಭ್ಯಾಂ ಮಧುಕರರುಚಿಭ್ಯಾಂ ಧೃತಗುಣಮ್ ।
ಧನುರ್ಮನ್ಯೇ ಸವ್ಯೇತರಕರಗೃಹೀತಂ ರತಿಪತೇಃ
ಪ್ರಕೋಷ್ಠೇ ಮುಷ್ಟೌ ಚ ಸ್ಥಗಯತಿ ನಿಗೂಢಾಂತರಮುಮೇ ॥

ಉಮೆ, ಭುವಿಯ ಭಯ ಭಂಗಗೊಳಿಸುವ ತಾಯೆ, ನಿನ್ನ

ಕಮಾನು ಸಮ ಬಾಗಿರುವ ಹುಬ್ಬುಗಳ ಬಿಲ್ಲೆಂದು,

ಕಾಮ ತಾ ಹೆದೆ ಮಾಡಿ ದುಂಬಿಯಂತಹ ಕಣ್ಣ,

ಆ ಮಧ್ಯ ಮುಷ್ಟಿ ಮುಂಗೈಗಳಿರಿಸಿದಂತಿಹುದು ॥

ಭುವಿಯ ಭಯ ಭಂಗಗೊಳಿಸುವ ವ್ಯಸನಿ, ಹೇ ಉಮೆ! ಕಿಂಚಿತ್
ಬಾಗಿರುವ ಹುಬ್ಬುಗಳನ್ನು ಬಿಲ್ಲೆಂದು, ಮಧುಕರದಂತಹ ನೇತ್ರಗಳನ್ನು
ಬಿಗಿದ ಹೆದೆಯೆಂದು ತಿಳಿಯುವೆನು. ರತಿಪತಿಯು, ಅದನ್ನು
ಎಡಗೈಯಿಂದ ಹಿಡಿದಾಗ ಮಧ್ಯಭಾಗ ಮುಷ್ಟಿ-ಮುಂಗೈಗಳಲ್ಲಿ
ಮುಚ್ಚಿದಂತಿದೆ.

ಅಹಃ ಸೂತೇ ಸವ್ಯಂ ತವ ನಯನಮರ್ಕಾತ್ಮಕತಯಾ

ತ್ರಿಯಾಮಾಂ ವಾಮಂ ತೇ ಸೃಜತಿ ರಜನೀನಾಯಕತಯಾ ।

ತೃತೀಯಾ ತೇ ದೃಷ್ಟಿರ್ದರದಲಿತಹೇಮಾಂಬುಜರುಚಿಃ

ಸಮಾಧತ್ತೇ ಸಂಧ್ಯಾಂ ದಿವಸನಿಶಯೋರಂತರಚರೀಮ್ ॥

ನಿನ್ನ ಸೂರ್ಯರೂಪದ ಬಲಗಣ್ಣಿಂದ ಹಗಲೂ,

ನಿನ್ನ ಚಂದ್ರರೂಪದ ಎಡಗಣ್ಣಿಂದ ಇರುಳೂ,

ಸ್ವರ್ಣಕಮಲದ ರೀತಿ ಪೊಳೆವ ಅರೆಅರಳಿರುವ

ನಿನ್ನ ಮೂರನೆ ಕಣ್ಣಿಂದ ಸಂಧ್ಯೆಯು ಬಂದಿಹವು ॥

ನಿನ್ನ ಸೂರ್ಯರೂಪದ ಬಲಗಣ್ಣಿಂದ ಹಗಲು ಉಂಟಾಗುವುದು.
ನಿನ್ನ ಚಂದ್ರರೂಪದ ಎಡಗಣ್ಣಿಂದ ರಜನಿ ಉಂಟಾಗುವುದು.
ಅರೆಅರಳಿರುವ ಹೇಮಾಂಬುಜ (ಸ್ವರ್ಣಕಮಲ)ದ ಕಾಂತಿಯ
ಮೂರನೆ ಕಣ್ಣು ದಿವಸ-ನಿಶೆಗಳ ನಡುವಿರುವ ಸಂಧ್ಯೆಯನ್ನು
ಉಂಟುಮಾಡುವುದು.

49

ವಿಶಾಲಾ ಕಲ್ಯಾಣೀ ಸ್ಫುಟರುಚಿರಯೋಧ್ಯಾ ಕುವಲಯ್ಯಃ
ಕೃಪಾಧಾರಾಧಾರಾ ಕಿಮಪಿ ಮಧುರಾಭೋಗವತಿಕಾ ।
ಅವಂತೀ ದೃಷ್ಟಿಸ್ತೇ ಬಹುನಗರವಿಸ್ತಾರವಿಜಯಾ
ಧ್ರುವಂ ತತ್ತನ್ನಾಮವ್ಯವಹರಣಯೋಗ್ಯಾ ವಿಜಯತೇ ॥

ತವದೃಷ್ಟಿ ಕೃಪಾಧಾರೆಯಾಧಾರ ಮಧುರ,

ಕುವಲಯಗಳಿಂದಯೋಧ್ಯಾ, ಕಲ್ಯಾಣೀ, ವಿಶಾಲ,

ಆವಂತಿ, ಆಭೋಗವತಿಕಾ, ವಿಸ್ತಾರ, ವಿಜಯ -

- ಸುವಿಜಯ ಆಯಾ ಅನ್ವರ್ಥ ಹೆಸರ ಪುರಗಳಿಗೆ ॥

ವಿಶಾಲ, ಕಲ್ಯಾಣೀ (ಒಳಿತುಮಾಡುವ), ಸ್ಫುಟಕಾಂತಿಯ, ಕುವಲಯಗಳಿಂದಯೋಧ್ಯವಾದ (ಕನ್ನೆದಿಲೆಗಳಿಗೆ ಅಜೇಯ), ಕೃಪಾಧಾರೆಯ ಆಧಾರವಾದ, ಅವರ್ಣನೀಯ ಮಧುರವಾದ, ಆಭೋಗವತಿಕಾ(ಉದ್ದ), ಆವಂತೀ(ರಕ್ಷಿಸುವ)ಯಾಗಿರುವ ನಿನ್ನ ದೃಷ್ಟಿ, ಬಹುನಗರಗಳ ವಿಸ್ತಾರಗಳ ಮೇಲೆ ವಿಜಯ ಸಾಧಿಸಿದೆ. ಆಯಾ ಹೆಸರುಗಳಿಂದ (ನಗರಗಳು), ವ್ಯವಹರಣಯೋಗ್ಯ(ಅನ್ವರ್ಥ)ವಾಗಿ, ವಿಜಯಿಯಾಗಿವೆ.

ಕವೀನಾಂ ಸಂದರ್ಭಸ್ತಬಕಮಕರಂದೈಕರಸಿಕಂ

ಕಟಾಕ್ಷವ್ಯಾಕ್ಷೇಪಭ್ರಮರಕಲಭೌ ಕರ್ಣಯುಗಲಮ್ ।

ಅಮುಂಚಂತೌ ದೃಷ್ಟ್ವಾ ತವ ನವರಸಾಸ್ವಾದತರಲೌ

ಅಸೂಯಾ ಸಂಸರ್ಗಾದಲಿಕನಯನಂ ಕಿಂಚಿದರುಣಮ್ ॥

ನವರಸಾಸ್ವಾದದಾಸೆಯಲಿ, ಮರಿದುಂಬಿವೊಲು,

ಕಾವ್ಯ ಹೂಗೊಂಚಲಿನ ಮಧುವನೊಂದನೇ ಸವಿವ

ತವ ಕಟಾಕ್ಷವು, ಬಿಡದೆ ಕರ್ಣದ್ವಯವ ನೋಡೆ,

ಕವಿದಸೂಯೆಯಲಿ ನಸು ಕೆಂಪಾಯ್ತು ಹಣೆಗಣ್ಣು ॥

ಕವಿಗಳ ಕಾವ್ಯಹೂಗೊಂಚಲಿನ ಮಕರಂದವನ್ನೇ ಸವಿಯಲು, ಮರಿಕಲಭಗಳಂತಿರುವ ಕಟಾಕ್ಷಗಳು, ಕರ್ಣಯುಗಗಳೆಡೆಗೆ ಎಡೆಬಿಡದೆ ನವರಸಾಸ್ವಾದದಾಸೆಯಲ್ಲಿ, ವಿಚಲಿತವಾಗಿರುವುದ ಕಂಡು, ಅಸೂಯೆಯ ಸಂಸರ್ಗದಲ್ಲಿ ನಿನ್ನ ಅಲಿಕನಯನ (ಹಣೆಗಣ್ಣು) ಕಿಂಚಿತ್ ಕೆಂಪಾಯಿತು.

ಶಿವೇ ಶೃಂಗಾರಾರ್ದ್ರಾ ತದಿತರಜನೇ ಕುತ್ಸನಪರಾ

ಸರೋಷಾ ಗಂಗಾಯಾಂ ಗಿರಿಶಚರಿತೇ ವಿಸ್ಮಯವತೀ ।

ಹರಾಹಿಭ್ಯೋ ಭೀತಾ ಸರಸಿರುಹಸೌಭಾಗ್ಯಜನನೀ

ಸಖೀಷು ಸ್ಮೇರಾ ತೇ ಮಯಿ ಜನನಿ ದೃಷ್ಟಿಃ ಸಕರುಣಾ ॥

ಶೃಂಗಾರ ಶಿವನಲ್ಲಿ, ಭೀಭತ್ಸ ಇತರರಲಿ

ಗಂಗೆಯಲಿ ರೋಷ, ವಿಸ್ಮಯ ಶಿವನ ಚರಿತೆಯಲಿ

ಪಂಕಜಕೆ ಅಂದ, ಭಯ ಹರನಲಿರೆ ನಾಗ, ತವ

ಕಂಗಳಲಿ ಇವ ತಾಯೇ, ನಗೆ ಸಖಿಗೆ, ದಯೆ ಎನಗೆ ॥

ಶೃಂಗಾರಾದ್ರ್ವತೆ ಶಿವನಲ್ಲಿ, ಇತರರಲಿ ಭೀಭತ್ಸ, ಗಂಗೆಯಲಿ ರೋಷ, ಶಿವನ ಚರಿತೆಯಲಿ ವಿಸ್ಮಯ, ಹರನಲಿರುವ ನಾಗಗಳಡೆ ಭೀತಿ, ಸರಸೀರುಹಕ್ಕೆ ಸೌಭಾಗ್ಯಜನನಿ, ಸಖಿಯರಲ್ಲಿ ಮುಗುಳ್ನಗೆ, ಹೇ ಜನನಿ, ನಿನ್ನ ದೃಷ್ಟಿ ನನ್ನ ಮೇಲೆ ಕರುಣೆಯಿಂದಿದೆ.

ಗತೇ ಕರ್ಣಾಭ್ಯರ್ಣಂ ಗರುತ ಇವ ಪಕ್ಷ್ಮಾಣಿ ದಧತೀ

ಪುರಾಂ ಭೇತ್ತುಶ್ಚಿತ್ತಪ್ರಶಮರಸವಿದ್ರಾವಣಫಲೇ ।

ಇಮೇ ನೇತ್ರೇ ಗೋತ್ರಾಧರಪತಿಕುಲೋತ್ತಂಸಕಲಿಕೇ

ತವಾಕರ್ಣಾಕೃಷ್ಟಸ್ಮರಶರವಿಲಾಸಂ ಕಲಯತಃ ॥

ಗರಿ ತೆರದ ರೆಪ್ಪೆ ಇರುತಿಹ ನಿನ್ನ ಕಣ್ಣೆರಡು

ಕರ್ಣಸನಿಹಕೆ ಚಾಚಿ, ಕಿವಿವರೆಗೆ ಸೆಳೆದಿರುವ

ಸ್ಮರಶರದ ತರ ತೋರಿ, ತ್ರಿಪುರಾಂತಕನ ಚಿತ್ತ

ಹರಣಗೈದಿವೆ, ಹೇ ಹಿಮವತ್ಕುಲ ಶಿರೋಮಣಿ ॥

ಗರಿ ತೆರದ ರೆಪ್ಪೆಗಳು ಇರುವ ನಿನ್ನ ಕಣ್ಣೆರಡು ಕರ್ಣಗಳ ಸನಿಹಕ್ಕೆ ಚಾಚಿ, ತ್ರಿಪುರಾಂತಕನ ಚಿತ್ತ ಶಾಂತಿಯನ್ನು ಸೋಲಿಸುವ ಫಲವುಳ್ಳ, ಕಿವಿವರೆಗೆ ಸೆಳೆದಿರುವ ಸ್ಮರಶರ(ಮನ್ಮಥನ ಬಾಣ)ದ ರೀತಿ ತೋರಿವೆ, ಹೇ ಗೋತ್ರಾಧರಪತಿಯ ಕುಲ ಉತ್ತಂಸ ಕಲಿಕೆ (ಹಿಮವತ್ಕುಲ ಶಿರೋಭೂಷಣಳೇ) !

53

ವಿಭಕ್ತತ್ವೈವರ್ಣ್ಯಂ ವ್ಯತಿಕರಿತಲೀಲಾಂಜನತಯಾ
ವಿಭಾತಿ ತ್ವನ್ನೇತ್ರತ್ರಿತಯಮಿದಮೀಶಾನದಯಿತೇ ।
ಪುನಃ ಸ್ರಷ್ಟುಂ ದೇವಾನ್ ದ್ರುಹಿಣಹರಿರುದ್ರಾನುಪರತಾನ್
ರಜಃ ಸತ್ತ್ವಂ ಬಿಭ್ರತ್ತಮ ಇತಿ ಗುಣಾನಾಂ ತ್ರಯಮಿವ ॥

ಅಂದದ ಕಾಡಿಗೆ ತೀಡಿದ ಕಂಗಳು - ಮೂರು

ಬಣ್ಣದಿ - ಹೊಳೆಯುತಲಿವೆ, ಹೇ ಈಶಾನಪ್ರಿಯೆ,

ತಮಸತ್ ರಜ - ಧರಿಸುತ, ಪ್ರಳಯದಿ ಲಯವಾದ

ಬ್ರಹ್ಮಹರಿರುದ್ರರ - ಮರು ಸೃಜಿಸುವ ತೆರನಿವೆ ॥

ಲೀಲಾಂಜನದಿಂದ ಕೂಡಿದ, ಮೂರು ವಿವಿಧ ಬಣ್ಣದಿಂದ
ಹೊಳೆಯುವ ನಿನ್ನ ತ್ರಿನೇತ್ರಗಳು, ಹೇ ಈಶಾನದಯಿತೇ,
ಉಪರತರಾದ (ಪ್ರಳಯದಲ್ಲಿ) ದ್ರುಹೀಣಹರಿರುದ್ರರನ್ನು ಪುನಃ
ಸೃಷ್ಟಿಸಲು, ರಜ-ಸತ್ತ್ವ-ತಮ ಈ ಮೂರು ಗುಣಗಳನ್ನು
ಧರಿಸಿರುವಂತಿವೆ.

ಪವಿತ್ರೀಕರ್ತುಂ ನಃ ಪಶುಪತಿಪರಾಧೀನಹೃದಯೇ

ದಯಾಮಿತ್ರೈರ್ನೇತ್ರೈರರುಣಧವಲಶ್ಯಾಮರುಚಿಭಿಃ ।

ನದಃ ಶೋಣೋ ಗಂಗಾ ತಪನತನಯೇತಿ ಧ್ರುವಮಮುಂ

ತ್ರಯಾಣಾಂ ತೀರ್ಥಾನಾಮುಪನಯಸಿ ಸಂಭೇದಮನಘಮ್ ॥

ಅರುಣ ಧವಳ ಶ್ಯಾಮ ವರ್ಣ ನಿನ್ನ ಕಂಗಳು,

ಕರುಣೆ ತುಂಬಿ, ಗಂಗೆ ಯಮುನೆ ಶೋಣೆ ನದಿಗಳ

ಹರಿಸಿ ಪವಿತ್ರಗೊಳಿಸಲೆಮ್ಮ, ತೀರ್ಥಸಂಗಮ

ತರಿಸಿದೆ, ಹೇ ಪಶುಪತಿ ಪರಾಧೀನ ಹೃದಯೆ ॥

ನಮ್ಮನ್ನು ಪವಿತ್ರಗೊಳಿಸಲು, ಹೇ ಪಶುಪತಿ ಪರಾಧೀನ ಹೃದಯೇ, ದಯೆ ತುಂಬಿದ ಮತ್ತು ಅರುಣ, ಧವಳ, ಶ್ಯಾಮ ವರ್ಣಗಳ ನೇತ್ರಗಳಿಂದ, ಶೋಣೆ, ಗಂಗೆ, ತಪನತನಯಾ(ಯಮುನಾ) ಈ ಮೂರು ತೀರ್ಥಗಳ ಶುದ್ಧಸಂಗಮವನ್ನು ತಂದಿರುವೆಯೆಂಬುದು ಸತ್ಯ.

ನಿಮೇಷೋನ್ಮೇಷಾಭ್ಯಾಂ ಪ್ರಲಯಮುದಯಂ ಯಾತಿ ಜಗತೀ

ತವೇತ್ಯಾಹುಃ ಸಂತೋ ಧರಣಿಧರರಾಜನ್ಯತನಯೇ ।

ತ್ವದುನ್ಮೇಷಾಜ್ಜಾತಂ ಜಗದಿದಮಶೇಷಂ ಪ್ರಲಯತಃ

ಪರಿತ್ರಾತುಂ ಶಂಕೇ ಪರಿಹೃತನಿಮೇಷಾಸ್ತವ ದೃಶಃ ॥

ನೀ ಕಣ್ಣು ಮುಚ್ಚಿ ತೆರೆಯಲು ಪ್ರಳಯ-ಸೃಷ್ಟಿ

ಲೋಕಕೆನುತಲಿ ಸಂತ ಜನರ ನುಡಿ, ಅಂತೆ ಜಗ

ರಕ್ಷಣೆಗೆ ನೀ ಪ್ರಳಯ ತಡೆಗೆನುತ ಮುಚ್ಚೆ ತವ

ಚಕ್ಷುಗಳ - ಎಂಬೆ, ಹೇ ಅಂಬೆ -ಗಿರಿರಾಜಸುತೆ ॥

ನಿನ್ನ ಕಣ್ಣುಮುಚ್ಚಿ ತೆರೆಯುವಿಕೆಯಿಂದ ಜಗವು ಪ್ರಳಯ-ಉದಯಗಳೆಡೆ ನಡೆಯುವುದು ಎಂದು ಸಂತ ಜನರೆನುವರು, ಹೇ ಧರಣಿಧರರಾಜತನಯೇ. ನಿನ್ನ ಕಣ್ಣರೆಪ್ಪೆಗಳು ತೆರೆಯಲು ಉದಿಸಿದ ಈ ಜಗವನ್ನು ಸಂಪೂರ್ಣ ಪ್ರಳಯದಿಂದ ರಕ್ಷಿಸಲು, ನೀ ನಿನ್ನ ಕಂಗಳ ರೆಪ್ಪೆಮುಚ್ಚದಿರುವೆ ಎಂದೆನ್ನ ಊಹೆ.

ತವಾಪರ್ಣೇ ಕರ್ಣೇಜಪನಯನಪೈಶುನ್ಯಚಕಿತಾ
ನಿಲೀಯಂತೇ ತೋಯೇ ನಿಯತಮನಿಮೇಷಾಃ ಶಫರಿಕಾಃ ।
ಇಯಂ ಚ ಶ್ರೀರ್ಬದ್ಧಛದಪುಟಕವಾಟಂ ಕುವಲಯಂ
ಜಹಾತಿ ಪ್ರತ್ಯೂಷೇ ನಿಶಿ ಚ ವಿಘಟಯ್ಯ ಪ್ರವಿಶತಿ ॥

ನಿನ್ನ ಕಿವಿಯಲಿ ಚಾಡಿ ಪಿಸುಗುಡುವ ಕಂಗಳಿಗೆ

ಹೆಣ್ ಮೀನು ಹೆದರಿ ಅಡಗಿವೆ ಜಲದಿ ಕಣ್ ತೆರೆದು,

ಮುಂಜಾನೆ ದಳಕದವ ಮುಚ್ಚಿರೆ ಕುವಲಯ - ತೊರೆದು,

ಸಂಜ ತೆರೆಯ ಮರುತೆರಳುವಳು ಸೌಂದರ್ಯ ಸಿರಿ ॥

ಹೇ ಅಪರ್ಣ, ನಿನ್ನ ಕಿವಿಗಳಲ್ಲಿ ಚಾಡಿ ಪಿಸುಗುಡುವ ಕಂಗಳ ನಿಂದೆಗೆ
ಹೆದರಿ, ಹೊಳೆವ ಶಫರಿಕಗಳು(ಹೆಣ್ ಮೀನು) ಖಂಡಿತ ಜಲದಲ್ಲಿ
ಕಣ್ತೆರೆದು ಅಡಗಿವೆ. ಹಾಗೂ ಸೌಂದರ್ಯಶ್ರೀಯು ಮುಂಜಾನೆ
ದಳವನ್ನು ಕದದಂತೆ ಮುಚ್ಚಿರುವ ಕುವಲಯ(ಕನ್ನೈದಿಲೆ)ವನ್ನು
ತೊರೆದು, ರಾತ್ರಿ ತೆರೆದಾಗ ಪ್ರವೇಶಿಸುವಳು.

57

ದೃಶಾ ದ್ರಾಘೀಯಸ್ಯಾ ದರದಲಿತನೀಲೋತ್ಪಲರುಚಾ

ದವೀಯಾಂಸಂ ದೀನಂ ಸ್ನಪಯ ಕೃಪಯಾ ಮಾಮಪಿ ಶಿವೇ ।

ಅನೇನಾಯಂ ಧನ್ಯೋ ಭವತಿ ನ ಚ ತೇ ಹಾನಿರಿಯತಾ

ವನೇ ವಾ ಹಮ್ಯೇ೯ ವಾ ಸಮಕರನಿಪಾತೋ ಹಿಮಕರಃ ॥

ಅರೆಅರಳಿದ ನೀಲೋತ್ಪಲ ಕಾಂತಿಯ ಕಣ್ಣಿನ-

ಕಾರುಣ್ಯದಿ ಮೀಯಿಸು ದೂರದ ಈ ದೀನನನೂ

ಇರದು ನಿನಗೇನೂ ಹಾನಿಯು- ನಾನೋ ಧನ್ಯ -

ಸುರಿಯದೆ ಶಶಿಕಿರಣ ಸಮಾನದಲಿ - ವನ, ಮನೆಗೆ? ॥

ಅರೆಅರಳಿದ ನೀಲೋತ್ಪಲ ಕಾಂತಿಯ ಕಣ್ಣಿನ, ದೂರ ಹರಿಸಿದ ದೃಷ್ಟಿಯಕೃಪೆಯಿಂದ, ದೂರದಲ್ಲಿರುವ ಈ ದೀನನನ್ನೂ ಮೀಯಿಸು, ಹೇ ಶಿವೇ. ಇದರಿಂದ ಈತ ಧನ್ಯನಾಗುವನು ಹಾಗೂ ನಿನಗೇನೂ ಹಾನಿಯು ಇರದು. ಹಿಮಕರನು ವನ ಹಾಗೂ ಅರಮನೆಗಳ ಮೇಲೆ ಸಮಾನವಾಗಿ ಬೀಳು(ಬೆಳಗು)ವುದಿಲ್ಲವೇ?

ಅರಾಲಂ ತೇ ಪಾಲೀಯುಗಲಮಗರಾಜನ್ಯತನಯೇ
ನ ಕೇಷಾಮಾಧತ್ತೇ ಕುಸುಮಶರಕೋದಂಡಕುತುಕಮ್ ।
ತಿರಶ್ಚೀನೋ ಯತ್ರ ಶ್ರವಣಪಥಮುಲ್ಲಂಘ್ಯ ವಿಲಸ-
ನ್ನಪಾಂಗವ್ಯಾಸಂಗೋ ದಿಶತಿ ಶರಸಂಧಾನಧಿಷಣಾಮ್ ॥

ಹೇ ಗಿರಿರಾಜತನಯೆ, ನಿನ್ನ ಪಾಲೀಯುಗದ

ಬಾಗು ಮನ್ಮಥನ ಬಿಲ್ಲೆಂದು ನಂಬಲುಬೇಕು

ಸಾಗುತಿರೆ ಕಿವಿ ದಾಟಿ ಒರೆಗಣ್ಣಿನ ದೃಷ್ಟಿ

ಭಂಗಿಸಲು ತೊಟ್ಟ ಶರದಂತೆನಗೆ ತೋರುತಿದೆ ॥

ಹೇ ಗಿರಿರಾಜತನಯೆ, ನಿನ್ನ ಪಾಲೀಯುಗದ (ಕಿವಿಯಂಚು) ಬಾಗುಕುಸುಮಶರನ ಕೋದಂಡವೆಂಬ ನಂಬಿಕೆಯನ್ನು ಯಾರಿಗೆ ಉಂಟುಮಾಡದು?ನಿನ್ನ ಒರೆಗಣ್ಣಿನ ದೃಷ್ಟಿ ಶ್ರವಣಪಥವನ್ನು ಉಲ್ಲಂಘಿಸಿ, ಹೊಳೆಯುತ್ತ ಸಂಧಾನ ಮಾಡಿದ ಶರವೆಂಬ ಭಾವನೆಯುಂಟುಮಾಡುವುದು.

ಸ್ಫುರದ್ಗಂಡಾಭೋಗಪ್ರತಿಫಲಿತತಾಟಂಕಯುಗಲಂ
ಚತುಶ್ಚಕ್ರಂ ಮನ್ಯೇ ತವ ಮುಖಮಿದಂ ಮನ್ಮಥರಥಮ್ ।
ಯಮಾರುಹ್ಯ ದ್ರುಹ್ಯತ್ಯವನಿರಥಮರ್ಕೇಂದುಚರಣಂ
ಮಹಾವೀರೋ ಮಾರಃ ಪ್ರಮಥಪತಯೇ ಸಜ್ಜಿತವತೇ ॥

ಕೆನ್ನೆಗಳ ಹೊಳಪು ಓಲೆಗಳ ಪ್ರತಿಫಲಿಸಲು
ನಿನ್ನ ಮುಖ ಮಾರನ ಚತುಶ್ಚಕ್ರ ರಥವೆಂದು
ಎನ್ನರಿವು, ಮಹವೀರ ಮಾರ ಇದನೇರಿ, ರವಿ -
ಚಂದ್ರ, ಚಕ್ರದ ಅವನಿರಥವಿಹ ಶಿವನೆದುರಿಸುವ ॥

ಕೆನ್ನೆಗಳ ಹೊಳಪು ತಾಟಂಕಯುಗಲ(ಓಲೆ)ಗಳ ಪ್ರತಿಫಲಿಸಲು, ನಿನ್ನ ಮುಖ ಮನ್ಮಥನ ಚತುಶ್ಚಕ್ರ ರಥವೆಂದು ಎನಗನಿಸುವುದು. ಮಹವೀರ ಮಾರನು ಇದನೇರಿ, ಅರ್ಕ-ಇಂದು ಚಕ್ರದ ಅವನಿರಥದಿಂದ ಸಜ್ಜಿತನಾದ ಪ್ರಮಥಪತಿ(ಶಿವ)ನನ್ನು ಎದುರಿಸಲುದ್ಯುಕ್ತನಾಗುವನು.

ಸರಸ್ವತ್ಯಾಃ ಸೂಕ್ತೀರಮೃತಲಹರೀ ಕೌಶಲಹರೀಃ
ಪಿಬಂತ್ಯಾಃ ಶರ್ವಾಣಿ ಶ್ರವಣಚುಲುಕಾಭ್ಯಾಮವಿರಲಮ್ ।
ಚಮತ್ಕಾರಶ್ಲಾಘಾಚಲಿತಶಿರಸಃ ಕುಂಡಲಗಣೋ
ಝಣತ್ಕಾರೈಸ್ತಾರೈಃ ಪ್ರತಿವಚನಮಾಚಷ್ಟ ಇವ ತೇ ॥

ಸುಧಾಲಹರಿಯ ಸೊಬಗ ಅಪಹರಿಸುವಂತಿರುವ
ಮಧುರ ನಿನ್ನಯ ಮಾತ ಕಿವಿಬೊಗಸೆಯಲಿ ಸತತ
ಸ್ವಾದಿಸುತ ಸರಸತಿ ತಲೆದೂಗೆ ಅಚ್ಚರಿಯಲಿ
ನಾದಗೈದಿವೆ ಉತ್ತರದ ತೆರದಿ ಕರ್ಣಾಭರಣ ॥

ಅಮೃತಲಹರಿಯ ಕೌಶಲವನ್ನು ಅಪಹರಿಸಬಲ್ಲ ನಿನ್ನ ಸೂಕ್ತಿಗಳನ್ನು ಕಿವಿಬೊಗಸೆಯಲಿ ಅನವರತ ಸ್ವಾದಿಸುತ್ತಿರುವಾಗ, ಓ ಶರ್ವಾಣಿ, ಕಾವ್ಯದ ಚಮತ್ಕಾರಕ್ಕೆ ಮೆಚ್ಚಿ ಸರಸ್ವತಿಯು ತಲೆದೂಗಲು, ನಿನ್ನ ಕುಂಡಲಗಣದ ಝಣತ್ಕಾರವು ಉತ್ತರಿಸಲು ಹವಣಿಸಿದಂತಿದೆ.

61

ಅಸೌ ನಾಸಾವಂಶಸ್ತುಹಿನಗಿರಿವಂಶಧ್ವಜಪಟಿ

ತ್ವದೀಯೋ ನೇದೀಯಃ ಫಲತು ಫಲಮಸ್ಮಾಕಮುಚಿತಮ್ ।

ವಹನ್ನಂತರ್ಮುಕ್ತಾಃ ಶಿಶಿರಕರನಿಶ್ವಾಸಗಲಿತಂ

ಸಮೃದ್ಧ್ಯಾ ಯತ್ತಾಸಾಂ ಬಹಿರಪಿ ಚ ಮುಕ್ತಾಮಣಿಧರಃ ॥

ಬಿದಿರ ಹೋಲುವ ಮೂಗಿನೊಳಗೆ ಮುತ್ತುಗಳಿಹವು

ಅದು ನಮಗೆ ಉಚಿತ ಸನ್ನಿಹಿತ ಫಲ ಕೊಡುತಿರಲಿ

ಉದಿಸಿ ತಂಪು ನಿಶ್ವಾಸದಲಿ ಮುತ್ತಿನ್ನೊಂದು

ತುದಿ ಮೂಗಲಿದೆ, ಹೇ ತುಹಿನಗಿರಿಕುಲಪತಾಕೆ! ॥

ಈ ಬಿದಿರ ಹೋಲುವ ಮೂಗು, ಹೇ ತುಹಿನಗಿರಿವಂಶಧ್ವಜಪಟಿ!, ನಮಗೆ ಉಚಿತ ಸನ್ನಿಹಿತ ಫಲ ಕೊಡುತ್ತಿರಲಿ. ಒಳಗೆ ಮುತ್ತುಗಳ ಧರಿಸಿದೆ; ಅವುಗಳ ಸಮೃದ್ಧತೆಯಿಂದಾಗಿ, ಶಿಶಿರಕರ ನಿಶ್ವಾಸದ ಹರಿವಿನಿಂದ ಹೊರಗೂ ಮುಕ್ತಾಮಣಿಯು ಬಂದು ನಿಂತಿದೆ.

ಪ್ರಕೃತ್ಯಾ ರಕ್ತಾಯಾಸ್ತವ ಸುದತಿ ದಂತಛ್ಛದರುಚೇಃ

ಪ್ರವಕ್ಷ್ಯೇ ಸಾದೃಶ್ಯಂ ಜನಯತು ಫಲಂ ವಿದ್ರುಮಲತಾ ।

ನ ಬಿಂಬಂ ತದ್ಬಿಂಬಪ್ರತಿಫಲನರಾಗಾದರುಣಿತಂ

ತುಲಾಮಧ್ಯಾರೋಢುಂ ಕಥಮಿವ ವಿಲಜ್ಜೇತ ಕಲಯಾ   ॥

ಸುದತಿಯೆ, ಸಹಜ ಕೆಂಪಿನ ನಿನ್ನಧರದ ಸೊಗಕೆ

ಸಾದೃಶ್ಯ ಬಹುದು ಹವಳದ ಬಳ್ಳಿ 'ಫಲ' ಬಿಡಲು!

ಅಧರದಂದದ ಪ್ರತಿಬಿಂಬ ಬಿಂಬಫಲ ಕೆಂಪ-

-ಗಿದ್ದರೂ, ತುಲನೆಯಲೇರೆ ನಾಚದೇ ಇರದೆ?   ॥

ಓ ಸುದತಿ, ಸಹಜ ಕೆಂಪಿನ ನಿನ್ನಧರದ ಸೊಗಸಿಗೆ ಸಾದೃಶ್ಯವನ್ನು ನಾನು ಹೇಳುವೆ: ವಿದ್ರುಮಲತೆ (ಹವಳದ ಬಳ್ಳಿ) 'ಫಲ' ಬಿಡಲು (ಆಗ ಸರಿಬರಬಹುದು).   ಬಿಂಬಫಲವು(ತೊಂಡೆಹಣ್ಣು)   ಅಧರವ ಪ್ರತಿಫಲಿಸುವ ಆಸೆಯಿಂದ ಕೆಂಪಗಿದೆ. ಆದರೆ ತುಲನೆಯಲ್ಲಿ ತುಸು ಏರಲೂ ನಾಚದಿರುವುದೇ?

ಸ್ಮಿತಜ್ಯೋತ್ಸ್ನಾಜಾಲಂ ತವ ವದನಚಂದ್ರಸ್ಯ ಪಿಬತಾಂ

ಚಕೋರಾಣಾಮಾಸೀದತಿರಸತಯಾ ಚಂಚುಜಡಿಮಾ ।

ಅತಸ್ತೇ ಶೀತಾಂಶೋರಮೃತಲಹರೀಮಾಮ್ಲರುಚಯಃ

ಪಿಬಂತಿ ಸ್ವಚ್ಛಂದಂ ನಿಶಿ ನಿಶಿ ಭೃಶಂ ಕಾಂಜಿಕಧಿಯಾ   ॥

ತವ ಮುಖಚಂದ್ರನ ಮುಗುಳ್ನಗೆ ಬೆಳದಿಂಗಳ

ಸವಿಯ, ಚಕೋರಗಳ ಚುಂಚಿಗೆ ಅತಿ ಸಿಹಿಯಾಗೆ,

ಕವಿದು ಜಡ, ಹುಳಿ ಬಯಸಿ, ಚಂದ್ರನಮೃತಲಹರಿ

ತವಕದಲಿ ಸವಿಯುತಿವೆ ನಶೆಬರುತೆ ನಿಶೆನಿಶೆಗೂ   ॥

ನಿನ್ನ   ವದನಚಂದ್ರನ   ಮುಗುಳ್ನಗೆಯ   ಜ್ಯೋತ್ಸ್ನಾಜಾಲದ (ಬೆಳದಿಂಗಳ) ಕುಡಿದು, ಚಕೋರಗಳು ಅತಿ ಸಿಹಿಯಿಂದ, ಚುಂಚಿನಲ್ಲಿ ಜಡವಾದವು. ಆದ್ದರಿಂದ, ಆಮ್ಲರುಚಿ ಬಯಸಿ, ಶೀತಾಂಶುವಿ(ಚಂದ್ರ)ನ ಅಮೃತಲಹರಿಯನ್ನು ಹುಳಿಗಂಜಿಯಿಂದು ತಿಳಿದು, ಸ್ವಚ್ಛಂದವಾಗಿ ನಿಶೆನಿಶೆಯೂ, ಯಥೇಷ್ಟ ಕುಡಿಯುವುವು.

ಅವಿಶ್ರಾಂತಂ ಪತ್ಯುರ್ಗುಣಗಣಕಥಾಮ್ರೇಡನಜಪಾ

ಜಪಾಪುಷ್ಪಚ್ಛಾಯಾ ತವ ಜನನಿ ಜಿಹ್ವಾ ಜಯತಿ ಸಾ ।

ಯದಗ್ರಾಸೀನಾಯಾಃ ಸ್ಫಟಿಕದೃಷದಚ್ಛಚ್ಛವಿಮಯೀ

ಸರಸ್ವತ್ಯಾ ಮೂರ್ತಿಃ ಪರಿಣಮತಿ ಮಾಣಿಕ್ಯವಪುಷಾ   ॥

ಜನನಿ ತವ ಜಿಹ್ವೆಗಿದೆ ಜಪಾಪುಷ್ಪದ ಕಾಂತಿ

ಅನವರತ ಅದು ಪತಿಯ ಗುಣಕತೆಯ ಜಪಿಸುತಿದೆ

ನಿನ್ನ ನಾಲಗೆ ತುದಿಯಲಾಸೀನ ಸರಸತಿಯ

ಚೆನ್ನ ಅಪ್ಪಟ ರೂಪಕಾಯ್ತು ಮಾಣಿಕ ರಂಗು   ॥

ಅವಿಶ್ರಾಂತವಾಗಿ (ನಿರತ) ಪತಿಯ ಗುಣಗಣಕತೆಯನ್ನು ಜಪಿಸುವ, ಜಪಾಪುಷ್ಪದ ಬಣ್ಣದ, ನಿನ್ನ ಜಿಹ್ವೆಗೆ ಜಯವಿರಲಿ, ಹೇ ಜನನಿ. ಅದರ ಅಗ್ರದಲಿ (ತುದಿ) ಆಸೀನಳಾಗಿರುವ ಸ್ಫಟಿಕಶುಭ್ರ, ಅಚ್ಚ ಕಾಂತಿಯ ಸರಸ್ವತಿಯ ಮೂರ್ತಿಗೆ (ನಾಲಗೆಯ ಬಣ್ಣದಿಂದ) ಮಾಣಿಕ್ಯದ ರೂಪ ಬಂತು.

65

ರಣೇ ಜಿತ್ವಾ ದೈತ್ಯಾನಪಹೃತಶಿರಸ್ತ್ರೈಃ ಕವಚಿಭಿರ್-
ನಿವೃತ್ತೈಶ್ಚಂಡಾಂಶತ್ರಿಪುರಹರನಿರ್ಮಾಲ್ಯವಿಮುಖೈಃ ।
ವಿಶಾಖೇಂದ್ರೋಪೇಂದ್ರೈಃ ಶಶಿವಿಶದಕರ್ಪೂರಶಕಲಾ
ವಿಲೀಯಂತೇ ಮಾತಸ್ತವ ವದನತಾಂಬೂಲಕಬಲಾಃ ॥

ಧುರದಿ ದೈತ್ಯರ ಜಯಿಸಿ, ಕವಚ ಶಿರಕಾಪಸೆದು
ಮರಳಿ ವಿಶಾಖ ಉಪೇಂದ್ರ, ಇಂದ್ರರು, ತರವಿರದು-
ಹರ ನಿರ್ಮಾಲ್ಯ, ಅದು ಚಂಡಾಂಶವೆನುತ, ಕಪ್ಪುರ
ಚೂರಿಹ ನಿನ್ನ ಬಾಯ ತಾಂಬೂಲ ಮೆಲ್ಲುವರು ॥

ರಣದಲ್ಲಿ ದೈತ್ಯರನ್ನು ಜಯಿಸಿ, ಶಿರಸ್ತ್ರಾಣ-ಕವಚಗಳ ಕಳಚೆಟ್ಟು, ವಿಶಾಖ ಇಂದ್ರ ಉಪೇಂದ್ರರು, ತ್ರಿಪುರನಿರ್ಮಾಲ್ಯ(ಶಿವನೈವೇದ್ಯ)ವು ಚಂಡಾಂಶ (ಚಂಡನ ಪಾಲಿನದು) ಎಂದು ಅದರಿಂದ ವಿಮುಖರಾಗಿ, ಹೇ ಮಾತೆ, ಶಶಿವಿಶದ (ಶಶಿಯ ಬಿಳುಪಿನ) ಕರ್ಪೂರಶಕಲ(ಚೂರು)ಗಳು ಕರಗಿದ, ತವ ವದನದ ತಾಂಬೂಲದ ತುತ್ತ ತಿನ್ನುವರು.

ವಿಪಂಚ್ಯಾ ಗಾಯಂತೀ ವಿವಿಧಮಪದಾನಂ ಪಶುಪತೇ

ಸ್ತ್ವಯಾರಬ್ಧೇ ವಕ್ತುಂ ಚಲಿತಶಿರಸಾ ಸಾಧುವಚನೇ ।

ತದೀಯ್ಯೈರ್ಮಾಧುಯ್ಯೈರಪಲಪಿತತಂತ್ರೀಕಲರವಾಂ

ನಿಜಾಂ ವೀಣಾಂ ವಾಣೀ ನಿಚುಲಯತಿ ಚೋಲೇನ ನಿಭೃತಮ್ ॥

ವೀಣೆಯೊಂದಿಗೆ ಪಶುಪತಿಯ ಲೀಲೆಗಳನೆಲ್ಲ

ವಾಣಿ ಹಾಡೆ ನೀ ತಲೆದೂಗಿ ಪ್ರಶಂಸಿಸುವ

ದನಿಯ ಸವಿ ತಂತಿನಾದದ ಪರಿಹಾಸವೆಂದು

ಎಣಿಸಿ ಚೋಲದಲಿ ವೀಣೆಯ ಕಾಣ ಮಾಡುವಳು ॥

ವಾಣಿಯು ವೀಣೆಯೊಂದಿಗೆ ಪಶುಪತಿಯ ವಿವಿಧ ಲೀಲೆಗಳನ್ನು ಹಾಡುತ್ತಿರಲು, ನೀನು ತಲೆದೂಗುತ್ತಾ, ಮೆಚ್ಚುಗೆಯ ಮಾತುಗಳನ್ನಾಡಲು ತೊಡಗಿದೊಡನೆ, ಆ ನುಡಿಗಳ ಮಾಧುರ್ಯವು ತಂತ್ರೀಕಲರವದ (ತಂತಿನಾದದ) ಪರಿಹಾಸವೆಂದು ಎಣಿಸಿ, ವಾಣಿಯು ತನ್ನ ವೀಣೆಯನ್ನು ಚೋಲದಲ್ಲಿ ಕಾಣ ಮಾಡುವಳು.

ಕರಾಗ್ರೇಣ ಸ್ಪೃಷ್ಟಂ ತುಹಿನಗಿರಿಣಾ ವತ್ಸಲತಯಾ
ಗಿರೀಶೇನೋದಸ್ತಂ ಮುಹುರಧರಪಾನಾಕುಲತಯಾ ।
ಕರಗ್ರಾಹ್ಯಂ ಶಂಭೋರ್ಮುಖಿಮುಕುರವೃಂತಂ ಗಿರಿಸುತೇ
ಕಥಂಕಾರಂ ಭ್ರೂಮಸ್ತವ ಚುಬುಕಮೌಪಮ್ಯರಹಿತಮ್ ॥

ಕರಾಗ್ರದಲಿ ಹಿಮವಂತ ವಾತ್ಸಲ್ಯದಿ ಹಿಡಿದ,
ಗಿರೀಶನು ಪದೆಪದೇ ಅಧರಪಾನವ ಬಯಸಿ
ಕರದಲೆತ್ತಲು ಸಲುವ ಮುಖಮುಕುರದ ಹಿಡಿಕೆ -
ಸರಿಸಮವಿರದ ಈ ಚುಬುಕವೆಂತು ಬಣ್ಣಿಸಲಿ? ॥

ಕರಾಗ್ರದಲ್ಲಿ ತುಹಿನಗಿರಿರಾಜನು ವಾತ್ಸಲ್ಯದಿಂದ ಸ್ಪರ್ಶಿಸುವ, ಗಿರೀಶನು ಪುನ: ಪುನ: ಅಧರಪಾನದ ಅಕುಲತೆಯಿಂದ ಎತ್ತಿದ, ಶಂಭುವಿನ ಕರಗ್ರಾಹ್ಯವಾದ (ಹಿಡಿಯಲು ಯೋಗ್ಯವಾದ), ಮುಖಿಮುಕುರವೃಂತದಂಥ (ಮುಖಕನ್ನಡಿಯ ಹಿಡಿಕೆಯಂಥ) ನಿನ್ನ ಚುಬುಕ(ಗಲ್ಲ)ವನ್ನು ಹೇಗೆ ಬಣ್ಣಿಸಲಿ, ಹೇ ಗಿರಿಸುತೇ?

68

ಭುಜಾಶ್ಲೇಷಾನ್ನಿತ್ಯಂ ಪುರದಮಯಿತುಃ ಕಂಟಕವತೀ

ತವ ಗ್ರೀವಾ ಧತ್ತೇ ಮುಖಕಮಲನಾಲಶ್ರಿಯಮಿಯಮ್ ।

ಸ್ವತಃ ಶ್ವೇತಾ ಕಾಲಾಗರುಬಹುಲಜಂಬಾಲಮಲಿನಾ

ಮೃಣಾಲೀಲಾಲಿತ್ಯಂ ವಹತಿ ಯದಧೋ ಹಾರಲತಿಕಾ ॥

ನಿತ್ಯ ಹರಾಲಿಂಗನದಿ ನವಿರೇಳುವ ನಿನ್ನ

ಕತ್ತಿದೆ ಮುಖಕಮಲಕೆ ಸಿರಿನಾಳದ ಸೊಗದಿ

ಮುತ್ತಿನ ಬಿಳಿಹಾರಕೆ ಕರಿಯಗರಿನ ಮಲಿನವು

ಮೆತ್ತಿರೆ ಬಲು, ತಾವರೆ ಬುಡಕಿರುವ ಸೊಬಗಿಹುದು ॥

ನಿತ್ಯ ಪುರಹರನ ಆಲಿಂಗನದಿಂದ ನವಿರೇಳುವ ನಿನ್ನ ಕಂತವು ಮುಖಕಮಲಕ್ಕೆ ಆಧಾರವಾದ ನಾಳಶ್ರೀ(ದಂಟು)ಯಾಗಿದೆ. ಕೆಳಗೆ ಸ್ವತಃ ಶ್ವೇತವರ್ಣದ ಹಾರಲತಿಕೆ(ಮುತ್ತಿನಹಾರ)ಯು, ಕರಿಯಗರಿನ ಬಹಳ ಜಂಬಾಲ(ಕೆಸರಿನ) ಮಲಿನದಿಂದ, ಮೃಣಾಲೀಲಾಲಿತ್ಯ(ತಾವರೆದಂಟ ಸೊಬಗು)ನ್ನು ಧರಿಸಿದೆ.

69

ಗಲೇ ರೇಖಾಸ್ತಿಸ್ರೋ ಗತಿಗಮಕಗೀತೈಕನಿಪುಣೇ

ವಿವಾಹವ್ಯಾನದ್ಧಪ್ರಗುಣಗುಣಸಂಖ್ಯಾಪ್ರತಿಭುವಃ ।

ವಿರಾಜಂತೇ ನಾನಾವಿಧಮಧುರರಾಗಾಕರಭುವಾಂ

ತ್ರಯಾಣಾಂ ಗ್ರಾಮಾಣಾಂ ಸ್ಥಿತಿನಿಯಮಸೀಮಾನ ಇವ ತೇ ॥

ಹರ ಮದುವೆಯಲಿ ಬಿಗಿದ ಬಹು ಎಳೆಯ ಸೂತ್ರವನು

ಕೊರಳ ಗೆರೆ ನೆನಪಿಸಿ, ಮಧುರ ರಾಗಗಳ ಕೊಡುವ

ಮೂರು ಸಂಗೀತ ನಿಯಮದ ಗ್ರಾಮ ಗಡಿಯಂತೆ

ತೋರುತಿವೆ, ಹೇ ಗತಿಗಮಕಗೀತೆಗಳ ನಿಪುಣೆ ॥

ಹೇ ಗತಿಗಮಕಗೀತೆಗಳ ನಿಪುಣೆ, ವಿವಾಹದಲ್ಲಿ (ಹರನಿಂದ) ಬಿಗಿಯಲ್ಪಟ್ಟಅನೇಕ ಎಳೆಗಳ ಸೂತ್ರವ ನೆನಪಿಸುವಂತೆ ನಿನ್ನ ಗಳದ ತ್ರಿರೇಖೆಗಳು ವಿರಾಜಿಸುತ್ತಿವೆ. ನಾನಾವಿಧ ಮಧುರ ರಾಗಗಳು ಉದ್ಭವಿಸುವ ಮೂರು ಗ್ರಾಮಗಳ (ಷಡ್ಜ, ಮಧ್ಯಮ, ಗಾಂಧಾರ) ನಿಯಮ ಸೀಮೆ(ಗಡಿ)ಯಂತೆ ಇವೆ.

ಮೃಣಾಲೀಮೃದ್ವೀನಾಂ ತವ ಭುಜಲತಾನಾಂ ಚತಸೃಣಾಂ

ಚತುರ್ಭಿಃ ಸೌಂದರ್ಯಂ ಸರಸಿಜಭವಃ ಸ್ತೌತಿ ವದನೈಃ ।

ನಖೇಭ್ಯಃ ಸಂತ್ರಸ್ಯನ್ ಪ್ರಥಮಮಥನಾದಂಧಕರಿಪೋ-

ಶ್ಚತುರ್ಣಾಂ ಶೀರ್ಷಾಣಾಂ ಸಮಮಭಯಹಸ್ತಾರ್ಪಣಧಿಯಾ ॥

ಮೊದಲ ತಲೆ ತೆಗೆದ ಹರನಖಿಕೆ ಹೆದರುತ ಬ್ರಹ್ಮ

ಮೊದಲುಳಿದ ತಲೆಗಳಿಗೆ ಅಭಯ ಹಸ್ತವ ಬೇಡಿ

ವದನವೆಲ್ಲದರಿಂದ ಕಮಲದಂಟಿನ ತೆರದ

ಮೃದು ನಿನ್ನ ಭುಜಲತೆಯ ಸೌಂದರ್ಯ ಸ್ತುತಿಸುವನು ॥

ಪ್ರಥಮಶಿರದ ಮಥನಗೈದ ಅಂಧಕರಿಪು(ಶಿವ)ವಿನ ನಖಗಳಿಂದ ಸಂತ್ರಸ್ತನಾಗಿ, ಉಳಿದ ನಾಲ್ಕು ತಲೆಗಳನ್ನು ಒಟ್ಟಿಗೆ ನಿನ್ನ ಅಭಯಹಸ್ತಕ್ಕೆ ಅರ್ಪಿಸಲು, ಮೃಣಾಲೀ (ತಾವರೆ ದಂಟು) ತರ ಮೃದುವಿರುವ, ನಿನ್ನ ನಾಲ್ಕು ಭುಜಲತೆಗಳ (ತೋಳುಗಳ) ಸೌಂದರ್ಯವನ್ನು ನಾಲ್ಕು ಬಾಯಿಗಳಿಂದ ಸರಸಿಜಭವ(ಬ್ರಹ್ಮ)ನು ಸ್ತುತಿಸುವನು.

ನಖಾನಾಮುದ್ಯೋತ್ಯೈರ್ನವನಲಿನರಾಗಂ ವಿಹಸತಾಂ
ಕರಾಣಾಂ ತೇ ಕಾಂತಿಂ ಕಥಯ ಕಥಯಾಮಃ ಕಥಮುಮೇ ।
ಕಯಾಚಿದ್ವಾ ಸಾಮ್ಯಂ ಭಜತು ಕಲಯಾ ಹಂತ ಕಮಲಂ
ಯದಿ ಕ್ರೀಡಲ್ಲಕ್ಷ್ಮೀಚರಣತಲಲಾಕ್ಷಾರಸಚಣಮ್ ॥

ನಿನ್ನ ಗುರುಗಳ ಪ್ರಭೆ ಈಗ ತಾನರಳಿರುವ

ಕೆಂದಾವರೆಯ ಕೆಂಪ ಅಣಕಿಸಿರೆ, ನಿನ ಕರದ

ಕಾಂತಿಯನು ಎಂತೆನಿಪೆ, ಎಂತೋ ಕಮಲವು ಲಕುಮಿ

ಅಂಗಾಲಿನರಗಿನ ರಂಗ ಹೊಂದೆ ಹೋಲಿಸುವೆ ॥

ನಖಿಗಳ ಪ್ರಭೆಯಿಂದ ನವನಳಿನರಾಗವ(ಈಗ ತಾನರಳಿರುವ
ಕೆಂದಾವರೆಯ ಕೆಂಪ) ಪರಿಹಾಸ ಮಾಡುವ ನಿನ್ನ ಮುಂಗೈಗಳ
ಕಾಂತಿಯನ್ನು ಹೇಗೆ ಬಣ್ಣಿಸೇವು, ಓ ಉಮಾ? ಹೇಗೋ ಕಮಲವು
ಕ್ರೀಡಾಲಕ್ಷ್ಮಿಯ (ತನ್ನಲ್ಲಿ ಕ್ರೀಡಿಸುತ್ತಿರುವ) ಚರಣತಲದ
ಲಾಕ್ಷಾರಸವ ಪಡೆದರೆ ತುಸು ಸಾಮ್ಯವ ಹೊಂದೀತು.

ಸಮಂ ದೇವಿ ಸ್ಕಂದದ್ವಿಪವದನಪೀತಂ ಸ್ತನಯುಗಂ
ತವೇದಂ ನಃ ಖೇದಂ ಹರತು ಸತತಂ ಪ್ರಸ್ನುತಮುಖಮ್ ।
ಯದಾಲೋಕ್ಯಾಶಂಕಾಕುಲಿತಹೃದಯೋ ಹಾಸಜನಕಃ
ಸ್ವಕುಂಭೌ ಹೇರಂಭಃ ಪರಿಮೃಶತಿ ಹಸ್ತೇನ ಝುಡಿತಿ ॥

ಸ್ತನದ್ವಯದ ಹಾಲು ತೊಟ್ಟಿಂದ ಹರಿಯುತ್ತಿರೆ
ಪಾನ ಮಾಡಲು ಗಣಪ ಸ್ಕಂದ ಜತೆಗಿಬ್ಬರೂ,
ಗಣಪ ಶಂಕಿತ ಮನದಿ ತನ್ನ ಕುಂಭವ ತಡವಿ-
ಜನಿಸಿರೆ ವಿನೋದ - ಅವೆಮ್ಮ ದುಗುಡ ನೀಗಿಸಲಿ ॥

ಹೇ ದೇವಿ, ಏಕಕಾಲದಲ್ಲಿ ಸ್ಕಂದ ದ್ವಿಪವದನ(ಗಣೇಶ)ರು ಪಾನಮಾಡುವ, ಸತತ ಹಾಲು ಹರಿಯುವ ತೊಟ್ಟುಗಳ, ಆವುದನ್ನು ನೋಡಿ ಹೇರಂಭ(ಗಣೇಶ)ನು ಶಂಕಾಕುಲಿತ ಹೃದಯದವವನಾಗಿ, ತನ್ನ ಕುಂಭಗಳ ಹಸ್ತದಿಂದ ಬೇಗನೆ ಮುಟ್ಟಿಕೊಂಡು (ಮಾತಾಪಿತರಿಗೆ) ಹಾಸಜನಕನಾಗುವನೋ, ಆ ಸ್ತನಯುಗಗಳು ನಮ್ಮ ಖೇದವನ್ನು ಎಂದೂ ಪರಿಹರಿಸಲಿ.

ಅಮೂ ತೇ ವಕ್ಷೋಜಾವಮೃತರಸಮಾಣಿಕ್ಯಕುತುಪೌ
ನ ಸಂದೇಹಸ್ವಂದೋ ನಗಪತಿಪತಾಕೇ ಮನಸಿ ನಃ ।
ಪಿಬಂತೌ ತೌ ಯಸ್ಮಾದವಿದಿತವಧೂಸಂಗರಸಿಕೌ
ಕುಮಾರಾವದ್ಯಾಪಿ ದ್ವಿರದವದನಕ್ರೌಂಚದಲನೌ ॥

ನಿನ್ನೆರಡು ಸ್ತನಗಳು ಅಮೃತ ರಸ ತುಂಬಿದ
ಮಾಣಿಕದ ಬಿಂದಿಗೆಗಳಿರದು ಸಂಶಯ ತುಸುವೂ–
ಇನ್ನೂ ವಧುಸಂಗಸವಿ ಅರಿಯದಿಹ ಕುಮಾರರು
ನಿನ್ನ ಹಾಲುಂಡ ಗಣಪ ಷಣ್ಮುಖರು – ಗಿರಿಸುತೆ ॥

ಈ ನಿನ್ನ ವಕ್ಷಗಳು ಅಮೃತ ರಸದ ಮಾಣಿಕ್ಯ ಬಿಂದಿಗೆಗಳು. ನಮ್ಮ ಮನದಲ್ಲಿ ತುಸುವೂ ಸಂದೇಹವಿರದು, ಓ ನಗಪತಿಪತಾಕೆ. ಅದರಿಂದ ಪಾನ ಮಾಡಿದ ದ್ವಿರದವದನ(ಗಣೇಶ), ಕ್ರೌಂಚದಲನ(ಸ್ಕಂದ)ರು,ಇಂದಿಗೂ ವಧುಸಂಗಸವಿಯ ಅರಿಯದ ಕುಮಾರರಿರುವರು.

ವಹತ್ಯಂಬ ಸ್ತಂಬೇರಮದನುಜಕುಂಭಪ್ರಕೃತಿಭಿಃ

ಸಮಾರಬ್ಧಂ ಮುಕ್ತಾಮಣಿಭಿರಮಲಾಂ ಹಾರಲತಿಕಾಮ್ ।

ಕುಚಾಭೋಗೋ ಬಿಂಬಾಧರರುಚಿಭಿರಂತಃ ಶಬಲಿತಾಂ

ಪ್ರತಾಪವ್ಯಾಮಿಶ್ರಾಂ ಪುರದಮಯಿತುಃ ಕೀರ್ತಿಮಿವ ತೇ ॥

ಅಂಬೆ ನಿನ್ನೆದೆಯ ಮುತ್ತಿನ ಸರ ಗಜದನುಜನ

ಕುಂಭಸ್ಥಳದಿಂದೊದಗಿ, ಮರು ಬಿಂಬಿಸಿ ನಿನ್ನ

ಬಿಂಬಾಧರ ಬಣ್ಣವ, ಇದು ತ್ರಿಪುರಾಂತಕನ

ಒಂದಾದ ಸಾಹಸ-ಕೀರ್ತಿಗಳೋ ಎನಿಸುತಿದೆ ॥

ಓ ಅಂಬೆ, ನಿನ್ನ ಕುಚಹರವಿನಲ್ಲಿ ಸ್ತಂಬೇರಮ ದನುಜ (ಗಜಾಸುರ)ನ ಕುಂಭಸ್ಥಳದಿಂದ ತಯಾರಿಸಿದ, ಮುಕ್ತಾಮಣಿಗಳ ಅಮಲ ಹಾರಲತಿಕೆ(ಮುತ್ತಿನ ಹಾರ)ಯಿದೆ. ನಿನ್ನ ಬಿಂಬಾಧರ(ತೊಂಡೆಹಣ್ಣಿನತುಟಿ)ದ ಬಣ್ಣದಿಂದ ಪ್ರತಿಬಿಂಬಿಸಿ, ಒಳಗಲ್ಲಿ ಬಹುವರ್ಣಗಳಿಂದಾಗಿ, ಪುರಹರನ ಪ್ರತಾಪ-ಕೀರ್ತಿಗಳ ಮಿಶ್ರಣದ ರೀತಿ ತೋರಿದೆ.

ತವ ಸ್ತನ್ಯಂ ಮನ್ಯೇ ಧರಣಿಧರಕನ್ಯೇ ಹೃದಯತಃ

ಪಯಃಪಾರಾವಾರಃ ಪರಿವಹತಿ ಸಾರಸ್ವತಮಿವ ।

ದಯಾವತ್ಯಾ ದತ್ತಂ ದ್ರವಿಡಶಿಶುರಾಸ್ವಾದ್ಯ ತವ ಯತ್

ಕವೀನಾಂ ಪ್ರೌಢಾನಾಮಜನಿ ಕಮನೀಯಃ ಕವಯಿತಾ ॥

ಧರಣಿಧರಕನ್ಯೆ, ನಿನ್ನ ಸ್ತನ್ಯ, ಹೃದಯದ

ಹರಿದ ಪಾಲ್ಗಡಲು ಅದಕಿಹುದು ಸರಸತಿ ರೂಪ,

ಕರುಣದಲಿ ನೀ ನೀಡಿದದನು ಕುಡಿದೀ ದ್ರವಿಡ

ತರಳ, ಹಿರಿಯರ ನಡುವೆ ಕಮನೀಯ ಕವಿಯಾದ ॥

ಹೇ ಧರಣಿಧರಕನ್ಯೆ, ನಿನ್ನ ಸ್ತನ್ಯವು, ಹೃದಯದಿಂದ ಹರಿಯುತ್ತಿರುವ ಸರಸ್ವತಿಯ ರೂಪ ಹೊಂದಿದ, ಪಯಪಾರಾವಾರ(ಹಾಲುಸಾಗರ) ಎಂದು ತಿಳಿಯುವೆ. ದಯಾವತಿಯಾದ ನಿನ್ನಿಂದ ದತ್ತವಾದ ಹಾಲನ್ನು ಆಸ್ವಾದಿಸಿ, ದ್ರವಿಡಶಿಶುವು ಪ್ರೌಢಕವಿಗಳ ನಡುವೆ ಕಮನೀಯ ಕವಿಯಾದನು.

ಹರಕ್ರೋಧಜ್ವಾಲಾವಲಿಭಿರವಲೀಢೇನ ವಪುಷಾ

ಗಭೀರೇ ತೇ ನಾಭೀಸರಸಿ ಕೃತಸಂಗೋ ಮನಸಿಜಃ ।

ಸಮುತ್ತಸ್ಥೌ ತಸ್ಮಾದಚಲತನಯೇ ಧೂಮಲತಿಕಾ

ಜನಸ್ತಾಂ ಜಾನೀತೇ ತವ ಜನನಿ ರೋಮಾವಲಿರಿತಿ ॥

ಹರನ ಕೋಪಜ್ವಾಲೆ ಅವರಿಸೆ ದೇಹವನು

ಸ್ಮರನು ನಿನ್ನಯ ನಾಭಿ ಸರಸಿನೊಳು ಮುಳುಗಿದನು

ಬರಲದರಿಂದ ಧೂಮಲತಿಕೆ, ಜನ ಭಾವಿಪರು

ಇರುವುದದು ನಿನ್ನ ರೋಮಾವಲಿಯೆಂದು ಜನನಿ ॥

ಹರನ ಕ್ರೋಧಜ್ವಾಲಾವಲಿಗಳಿಂದ ಆವರಿಸಲ್ಪಟ್ಟ ವಪುಷ(ದೇಹವುಳ್ಳವ)ನಾಗಿ ಮನಸಿಜನು ನಿನ್ನ ಗಭೀರ(ಆಳ) ನಾಭೀಸರಸಿಯಲ್ಲಿ ಮುಳುಗಿದನು. ಹೇ ಅಚಲತನಯೇ,ಅದರಿಂದ ಧೂಮಲತಿಕೆ(ಹೊಗೆಬಳ್ಳಿ) ಎದ್ದಿತು. ಜನನಿಯೆ, ಅದನ್ನೇ ಜನರು ನಿನ್ನ ರೋಮಾವಲಿಯೆಂದು ತಿಳಿಯುವರು.

77

ಯದೇತತ್ಕಾಲಿಂದೀತನುತರತರಂಗಾಕೃತಿ ಶಿವೇ

ಕೃಶೇ ಮಧ್ಯೇ ಕಿಂಚಿಜ್ಜನನಿ ತವ ಯದ್ಭಾತಿ ಸುಧಿಯಾಮ್ ।

ವಿಮರ್ದಾದನ್ಯೋಽನ್ಯಂ ಕುಚಕಲಶಯೋರಂತರಗತಂ

ತನೂಭೂತಂ ವ್ಯೋಮ ಪ್ರವಿಶದಿವ ನಾಭಿಂ ಕುಹರಿಣೀಮ್ ॥

ಸಣ್ಣ ನಡು ನಡುವೆ ಕಾಲಿಂದಿಯ ಕಿರು ತರಂಗ

ಬಣ್ಣನೆಗೆ ಭವಿಸಿ ವಿದುಷರಿಗೆ, ಕುಚಕಲಶಗಳ

ಅನ್ಯೋನ್ಯ ಮರ್ದನದಿ ವ್ಯೋಮ ತೆಳುವೆಳೆಯಾಗಿ

ನಿನ್ನ ಹೊಕ್ಕುಳ ಕುಹರ ಹೊಕ್ಕ ಹಾಗಿದೆ ಜನನಿ ॥

ಓ ಶಿವೇ, ಕಾಲಿಂದೀನದಿಯ ತನುತರತರಂಗ(ಕಿರು ಅಲೆ)ದ ಆಕೃತಿಯಲ್ಲಿ ನಿನ್ನ ಕೃಶನಡುವಲ್ಲಿ ಕಿಂಚಿತ್ ಇರುವ ಅದು (ರೋಮಾವಲಿ), ಹೇ ಜನನಿ, ವಿದುಷರಿಗೆ, ಕುಚಕಲಶಗಳ ಆನ್ಯೋನ್ಯ ಮರ್ದನದಿಂದ ನಡುವೆ ಇರುವ ವ್ಯೋಮ(ಆಕಾಶ)ವು ತೆಳುವೆಳೆಯಾಗಿ ನಾಭಿಯ ಕುಹರ(ಬಿಲ/ಗವಿ)ಯನ್ನು ಪ್ರವೇಶಿಸುವಂತೆ ತೋರುವುದು.

ಸ್ಥಿರೋ ಗಂಗಾವರ್ತಃ ಸ್ತನಮುಕುಲರೋಮಾವಲಿಲತಾ
ಕಲಾವಾಲಂ ಕುಂಡಂ ಕುಸುಮಶರತೇಜೋಹುತಭುಜಃ ।
ರತೇರ್ಲೀಲಾಗಾರಂ ಕಿಮಪಿ ತವ ನಾಭಿರ್ಗಿರಿಸುತೇ
ಬಿಲದ್ವಾರಂ ಸಿದ್ಧೇರ್ಗಿರಿಶನಯನಾನಾಂ ವಿಜಯತೇ ॥

ನಿನ್ನ ನಾಭಿಯು ಗಂಗಾನೆರೆಯ ನಿಶ್ಚಲ ಸುಳಿ,
ಸ್ತನಮುಕುಲವಿಹ ರೋಮಾವಳಿ ಲತೆಗೆ ಪಾತಿ,
ಮನ್ಮಥತೇಜಕುಂಡ, ರತಿಗೆ ಲೀಲಾಗಾರ
ಮನಸಿಜಾರಿಯ ಕಣ್ಣ ಸಿದ್ಧಿಯ ಗುಹಾದ್ವಾರ ॥

ನಿನ್ನ ನಾಭಿಯು ಗಂಗೆಯ ಸ್ಥಿರ ಸುಳಿ. ಸ್ತನಮುಕುಲ(ಮೊಗ್ಗು)ವಿರುವ ರೋಮಾವಲಿಲತೆಗೆ ಕಲಾವಾಲ (ಪಾತಿ). ಕುಸುಮಶರ(ಮನ್ಮಥ)ನ ತೇಜದ ಅಗ್ನಿಗೆ ಕುಂಡ. ರತಿಯ ಲೀಲಾಗಾರ. ಗಿರೀಶನ ನಯನಗಳಿಗೆ ಸಿದ್ಧಿಯ ಬಿಲದ್ವಾರ. ಓ ಗಿರಿಸುತೇ, ಅವರ್ಣನೀಯವಾದ ನಿನ್ನ ನಾಭಿಗೆ ಜಯವಿರಲಿ.

ನಿಸರ್ಗಕ್ಷೀಣಸ್ಯ ಸ್ತನತಟಭರೇಣ ಕ್ಲಮಜುಷೋ
ನಮನ್ಮೂರ್ತೇರ್ನಾರೀತಿಲಕ ಶನಕೈಸ್ತ್ರುಟ್ಯತ ಇವ ।
ಚಿರಂ ತೇ ಮಧ್ಯಸ್ಯ ತ್ರುಟಿತತಟಿನೀತೀರತರುಣಾ
ಸಮಾವಸ್ಥಾಸ್ಥೇಮ್ನೋ ಭವತು ಕುಶಲಂ ಶೈಲತನಯೇ ॥

ಸಹಜ ಸಪುರ ನಿನ್ನ ನಡು, ಹೇ ನಾರೀತಿಲಕ
ಬಹುಸ್ತನಭಾರದಲಿ ದಣಿದು ಬಳುಕುತ ಬಾಗಿ
ಇಹುದು ತೊರೆ ಕೊರೆದ ತೀರದ ತರುವ ತರದಲ್ಲಿ
ಬಹುಕಾಲವದಕೆ ಕುಶಲ ಇರಲಿ, ಶೈಲತನಯೆ ॥

ಓ ನಾರೀತಿಲಕ, ನೈಸರ್ಗಿಕವಾಗಿ ಕ್ಷೀಣವಾಗಿರುವ ನಿನ್ನ ನಡು,
ಸ್ತನತಟಭಾರದಿಂದ ದಣಿದು ಬಾಗಿ, ಮೆಲ್ಲಗೆ ಮುರಿದುಹೋಗುವ
ರೀತಿ ಇದೆ. ತ್ರುಟಿತತಟಿನೀತೀರ(ಒಡೆದ ನದಿ ತೀರ)ದ ತರುವಿನ
ಸಮ ಅವಸ್ಥೆಯ ನಿನ್ನ ನಡುವು ಚಿರಕಾಲ ಕುಶಲವಿರಲಿ, ಹೇ
ಶೈಲತನಯೇ.

ಕುಚೌ ಸದ್ಯಃ ಸ್ನಿದ್ಯತ್ತಟಘಟಿತಕೂರ್ಪಾಸಭಿದುರೌ
ಕಷಂತೌ ದೋರ್ಮೂಲೇ ಕನಕಕಲಶಾಭೌ ಕಲಯತಾ ।
ತವ ತ್ರಾತುಂ ಭಂಗಾದಲಮಿತಿ ವಲಗ್ನಂ ತನುಭುವಾ
ತ್ರಿಧಾ ನದ್ಧಂ ದೇವಿ ತ್ರಿವಲಿಲವಲೀವಲ್ಲಿಭಿರಿವ ॥

ಕನಕಕಲಶ ಕಾಂತಿಯ ನಿನ್ನ ಕುಚಗಳು ಬೆವರಿ
ಕಂಕುಳಲಿ ಕುಪ್ಪಸವ ಬಿರಿವಂತೆ ತೀಡುತಿರೆ,
ಭಂಗ ಬರದಂತೆ ಭಾರದಿಂ ನಡುವ ರಕ್ಷಿಸಲು
ಮನಸಿಜ ಲವಲಿಯ ಮೂರು ಸುತ್ತಿದಂತಿದೆ ತ್ರಿವಲಿ ॥

ಪ್ರತಿಕ್ಷಣ ಬೆವರುವ ಕುಚಗಳ ಇಳಿಜಾರಿನ ಸಂಪರ್ಕದಿಂದ ಕುಪ್ಪಸವು ಬಿರಿಯುವಂತಿದ್ದು, ಅವು ಕಂಕುಳಲ್ಲಿ ತೀಡುತಿವೆ. ಅವಕ್ಕೆ ಕನಕಕಲಶಗಳ ಕಾಂತಿಯಿದೆ. ಸ್ತನಗಳ ನಿರ್ಮಿಸಿದ ಮನ್ಮಥನು, ಭಾರದಿಂದ ನಡುವ ಭಂಗಬರ(ಮುರಿಯ)ದಂತೆ ರಕ್ಷಿಸಲು,ತ್ರಿವಲಿ (ಕಿಬ್ಬೊಟ್ಟೆಯ ರೇಖೆ)ಗಳನ್ನು ಲವಲೀವಲ್ಲಿಯಿಂದ ಮೂರುಬಾರಿ ಕಟ್ಟಿದಂತಿದೆ.

ಗುರುತ್ವಂ ವಿಸ್ತಾರಂ ಕ್ಷಿತಿಧರಪತಿಃ ಪಾರ್ವತಿ ನಿಜಾ-
ನ್ನಿತಂಬಾದಾಚ್ಛಿದ್ಯ ತ್ವಯಿ ಹರಣರೂಪೇಣ ನಿದಧೇ ।
ಅತಸ್ತೇ ವಿಸ್ತೀರ್ಣೋ ಗುರುರಯಮಶೇಷಾಂ ವಸುಮತೀಂ
ನಿತಂಬಪ್ರಾಗ್ಭಾರಃ ಸ್ಥಗಯತಿ ಲಘುತ್ವಂ ನಯತಿ ಚ ॥

ಗಿರಿನಿತಂಬದಿಂ ತೆಗೆದು ಭಾರ- ಬಿತ್ತರಗಳ

ಹರಸಿ ಕ್ಷಿತಿಧರಪತಿ ಕೊಟ್ಟ ಬಳುವಳಿ ನಿನಗೆ

ಗಿರಿಜ, ಅದಕೇ ನಿನ್ನ ನಿತಂಬವು ವಸುಮತಿಯ

ಭಾರವಡಗಿಸಿದೆ - ಹಿಂಭಾರ- ವಿಸ್ತಾರದಲಿ ॥

ಓ ಪಾರ್ವತಿ, ಕ್ಷಿತಿಧರಪತಿಯು ಗುರುತ್ವ(ಭಾರ), ವಿಸ್ತಾರಗಳನ್ನು ತನ್ನದೇ (ಗಿರಿ)ನಿತಂಬಗಳಿಂದ ಭೇದಿಸಿ, ಹರಣ(ಬಳುವಳಿ) ರೂಪದಲ್ಲಿ (ಮದುವೆಯಲ್ಲಿ) ಕೊಟ್ಟನು. ಆದ್ದರಿಂದಲೇ ನಿನ್ನ ನಿತಂಬವು ವಿಸ್ತೀರ್ಣ ಹಾಗೂ ಭಾರವಾಗಿದ್ದು, (ಹೋಲಿಸಲು) ಸಮಸ್ತ ವಸುಮತಿ(ಭೂಮಿ)ಯನ್ನಡಗಿಸುತ್ತಿದೆ ಹಾಗೂ ಹಗುರ ಮಾಡುತ್ತಿದೆ.

ಕರೀಂದ್ರಾಣಾಂ ಶುಂಡಾನ್ ಕನಕಕದಲೀಕಾಂಡಪಟಲೀ-
ಮುಭಾಭ್ಯಾಮೂರುಭ್ಯಾಮುಭಯಮಪಿ ನಿರ್ಜಿತ್ಯ ಭವತಿ ।
ಸುವೃತ್ತಾಭ್ಯಾಂ ಪತ್ಯುಃ ಪ್ರಣತಿಕರಿನಾಭ್ಯಾಂ ಗಿರಿಸುತೇ
ವಿಧಿಜ್ಞೇ ಜಾನುಭ್ಯಾಂ ವಿಬುಧಕರಿಕುಂಭದ್ವಯಮಸಿ ॥

ಆನೆಗಳ ಸೊಂಡಿಲನು ಹೊಂಬಾಳ ಕಾಂಡವನು
ನಿನ್ನ ತೊಡೆಗಳು ತುಲನೆಯಲ್ಲಿ ಮಣಿಸಿವೆ, ಗಿರಿಜೆ
ಮಣಿದು ನಿನ್ನಯ ಪತಿಗೆ ಧೃಡ ಹಾಗು ದುಂಡಗಿರೆ
ಮಂಡಿಗಳು ವಿಬುಧಕರಿ ಕುಂಭವನೂ ಜಯಿಸಿವೆ ॥

ಕರೀಂದ್ರಗಳ ಶುಂಡ(ಸೊಂಡಿಲ), ಕನಕ ಕದಲಿ(ಹೊಂಬಾಳೆ)ಯ
ಕಾಂಡ- ಇವೆರಡನ್ನೂ ಊರು(ತೊಡೆ)ಗಳು ಮಣಿಸಿವೆ. ಓ
ವಿಧಿಜ್ಞೇ, ಗಿರಿಸುತೇ, ಮಂಡಿಗಳು ದುಂಡಗಿದ್ದು, ಪತಿಗೆ ಪ್ರಣಾಮ
ಮಾಡಿ ಕಠಿಣವಾಗಿವೆ ಹಾಗೂ ವಿಬುಧಕರಿ(ಐರಾವತ)
ಕುಂಭವನೂ ಜಯಿಸಿವೆ.

ಪರಾಜೇತುಂ ರುದ್ರಂ ದ್ವಿಗುಣಶರಗಭೋರ್ ಗಿರಿಸುತೇ
ನಿಷಂಗೌ ಜಂಘೇ ತೇ ವಿಷಮವಿಶಿಖೋ ಬಾಧಮಕೃತ ।
ಯದಗ್ರೇ ದೃಶ್ಯಂತೇ ದಶಶರಫಲಾಃ ಪಾದಯುಗಲೀ-
ನಖಾಗ್ರಚ್ಛದ್ಮಾನಃ ಸುರಮಕುಟಶಾಣೈಕನಿಶಿತಾಃ ॥

ಗೆಲಲು ರುದ್ರನ ದ್ವಿಗುಣಗೊಳಿಸಿ ಶರಗಳ, ನಿನ್ನ
ಕೆಳಕಾಲುಗಳನು ತೂಣೀರ ಮಾಡಿದ ಮಾರ,
ಕಾಲುಗುರುಗಳ ತೆರದಿ ತೋರುವ ದಶಶರಗಳ
ಅಲಗಿಗಿದೆ ಸುರಮಕುಟ ಸಾಣೆಯಿಂದಲಿ ಹರಿತ ॥

ವಿಷಮ ವಿಶಿಖಿ(ಸ್ಮರ)ನು, ರುದ್ರನನ್ನ ಪರಾಜಿತಗೊಳಿಸಲು, ನಿನ್ನ
ಜಂಘ(ಕಣಕಾಲು)ಗಳನ್ನು   ದ್ವಿಗುಣ   ಶರಗಳಿರುವ
ನಿಷಂಗ(ಬತ್ತಳಿಕೆ)ವಾಗಿ ನಿಜಕ್ಕೂ ಮಾಡಿದ. ಅವುಗಳ ಅಗ್ರದಲ್ಲಿ
ಸುರಮುಕುಟಗಳ   ಸಾಣೆಯಿಂದ   ಹರಿತವಾದ   ದಶಶರಗಳ
ಅಲಗುಗಳು ಪದಯುಗಗಳ ನಖಾಗ್ರಗಳ ಸೋಗಿನಲ್ಲಿ ಕಾಣುತ್ತಿವೆ.

ಶ್ರುತೀನಾಂ ಮೂರ್ಧಾನೋ ದಧತಿ ತವ ಯೌ ಶೇಖರತಯಾ

ಮಮಾಪ್ಯೇತೌ ಮಾತಃ ಶಿರಸಿ ದಯಯಾ ಧೇಹಿ ಚರಣೌ ।

ಯಯೋಃ ಪಾದ್ಯಂ ಪಾಥಃ ಪಶುಪತಿಜಟಾಜೂಟತಟಿನೀ

ಯಯೋರ್ಲಾಕ್ಷಾಲಕ್ಷ್ಮೀರರುಣಹರಿಚೂಡಾಮಣಿರುಚಿಃ ॥

ಮಕುಟದ ರೀತಿ ಉಪನಿಷತ್ತುಗಳು ಧರಿಸಿರುವ,

ಶಿಖೆಯಲಿ ಶಿವಗೆ ಶೇಖರಗೊಂಡ ಪಾದ್ಯವಿರುವ,

ಲಾಕ್ಷಾರುಣಕಾಂತಿ ಹರಿ ಚೂಡಾಮಣಿಗಿರುವ,

ನೀ ಕರುಣದಲೆನ್ನ, ಶಿರದಲಿರಿಸಾ ಪಾದವ ॥

ಉಪನಿಷತ್ತುಗಳು ಮಕುಟದ ರೀತಿ ಧರಿಸಿರುವ ನಿನ್ನೆರಡು ಚರಣಗಳ ದಯೆಯಿಂದ ನನ್ನ ಶಿರದ ಮೇಲೂ ಇರಿಸು, ಓ ಮಾತೆ. ಪಶುಪತಿಯ ಜಟಾಜೂಟ ತಟಿನಿ(ನದಿಃಗಂಗೆ) ಅವಕ್ಕೆ ಪಾದ್ಯವಾಗಿರುವ ಜಲವು. ಅವುಗಳ ಲಾಕ್ಷಾರುಣ(ಅಗರಿನ ಕೆಂಪು) ಕಾಂತಿಯು ಹರಿಚೂಡಾಮಣಿಗೆ ಬಣ್ಣ ನೀಡಿದೆ.

ನಮೋವಾಕಂ ಬ್ರೂಮೋ ನಯನರಮಣೀಯಾಯ ಪದಯೋ-
ಸ್ತವಾಸ್ಮೈ ದ್ವಂದ್ವಾಯ ಸ್ಫುಟರುಚಿರಸಾಲಕ್ತಕವತೇ ।
ಅಸೂಯತ್ಯತ್ಯಂತಂ ಯದಭಿಹನನಾಯ ಸ್ಪೃಹಯತೇ
ಪಶೂನಾಮೀಶಾನಃ ಪ್ರಮದವನಕಂಕೇಲಿತರವೇ ॥

ಪ್ರಮದವನ ಕಂಕೇಲಿ ತರುವು ಅದಾವ ಪದ

ಕಮಲ ಸೋಕಲು ಬಯಸೆ ಪಶುಪತಿಯ ಅತ್ಯಧಿಕ

ಅಮರ್ಷೆಗೊ ಳುವನು ಆ ಅರಗುರಸ ಕಾಂತಿಯಲಿ

ರಮಣೀಯವಿಹ ನಿನ್ನ ಚರಣಕೆನ್ನಯ ನಮನ ॥

ನಯನರಮಣೀಯವೂ, ಅರಗಿನರಸದಿಂದ ಸ್ಫುಟಕಾಂತಿಯುತವೂ
ಆಗಿರುವ ನಿನ್ನ ಪಾದಯುಗ್ಮಗಳಿಗೆ 'ನಮೋ' ಎನ್ನುವೆವು.
ಪ್ರಮದವನದ ಕಂಕೇಲಿ(ಅಶೋಕ) ತರುವು ಈ ಪಾದದ್ವಂದ್ವಗಳು
ತನ್ನನ್ನು ಸೋಕಲು ಬಯಸಲು, ಪಶುಪತಿಯ ಅತ್ಯಂತ
ಅಸೂಯೆಪಡುವನು.

ಮೃಷಾ ಕೃತ್ವಾ ಗೋತ್ರಸ್ಖಲನಮಥ ವೈಲಕ್ಷ ನಮಿತಂ
ಲಲಾಟೇ ಭರ್ತಾರಂ ಚರಣಕಮಲೇ ತಾಡಯತಿ ತೇ ।
ಚಿರಾದಂತಃಶಲ್ಯಂ ದಹನಕೃತಮುನ್ಮೂಲಿತವತಾ
ತುಲಾಕೋಟಿಕ್ವಾಣೈಃ ಕಿಲಿಕಿಲಿತಮೀಶಾನರಿಪುಣಾ ॥

ಬೇರೆ ಹೆಸರಲಿ ನಿನ್ನ ಕರೆದ ಪತಿ ನಾಚುತಲಿ
ಮೋರೆ ತಗ್ಗಿಸಲು ನೀನೊದೆಯ ಕಾಲಲಿ ಹಣೆಗೆ
ಸ್ಮರದಹನದಲುಳಿದ ಒಳ ಮುಳ್ಳು ಕಿತ್ತಂತಿರೆ
ಮಾರ ನಿನ್ನಯ ನೂಪುರವನು ಕಿಲಕಿಲಿಸಿದನು ॥

ನಿನ್ನ ಭರ್ತಾರ(ಪತಿ)ನು ನಿನ್ನನ್ನು ಬೇರೆ ಹೆಸರಿನಿಂದ ಕರೆದು ಪ್ರಮಾದ ಮಾಡಿ, ನಾಚಿಕೆಯಿಂದ ತಲೆಬಾಗಿಸಲು, ಆತನ ಲಲಾಟ(ಹಣೆ)ದ ಮೇಲೆ ಚರಣ ಕಮಲಗಳಿಂದ ನೀನು ಒದೆದೆ. ದಹನವಾಗಿದ್ದಾಗಿನಿಂದ ಇದ್ದ ಅಂತಃಶಲ್ಯ(ಒಳಮುಳ್ಳು) ಉನ್ಮೂಲಿತ(ಕಿತ್ತು)ಗೊಂಡು, ಈಶಾನರಿಪು(ಸ್ಮರ)ನು ನಿನ್ನ ಕಾಲಂದುಗೆಗಳನ್ನು ಕಿಲಕಿಲಿಸಿದನು.

ಹಿಮಾನೀಹಂತವ್ಯಂ ಹಿಮಗಿರಿನಿವಾಸ್ಯೈಕಚತುರೌ
ನಿಶಾಯಾಂ ನಿದ್ರಾಣಂ ನಿಶಿ ಚರಮಭಾಗೇ ಚ ವಿಶದೌ ।
ವರಂ ಲಕ್ಷ್ಮೀಪಾತ್ರಂ ಶ್ರಿಯಮತಿಸೃಜಂತೌ ಸಮಯಿನಾಂ
ಸರೋಜಂ ತ್ವತ್ಪಾದೌ ಜನನಿ ಜಯತಶ್ಚಿತ್ರಮಿಹ ಕಿಮ್ ॥

ಚೆಲು ನಿನ್ನ ಚರಣ - ಹಿಮಗಿರಿಯಲ್ಲಿ ಇರುತಲೂ

ಬೆಳಗಿದೆ ದಿನನಿಶೆ - ಸಿರಿ ಸುರಿದು ಸಮಯಿಗಳಿಂಗೆ,

ಅಳಿವು ಕಮಲಕೆ ಹಿಮದಿ, ನಿದ್ರೆ, ನಿಶೆಯಲಿ, ಸಿರಿಯ

ಆಲಯವಿರಲೂ - ಗಲು ತವ ಚರಣಕಚ್ಚರಿಯೆ? ॥

ಹಿಮಗಿರಿಯಲ್ಲಿದ್ದೂ ಚೆಲುವಿರುವ, ನಿಶೆಯಲ್ಲೂ, ನಿಶೆಯ ಚರಮಭಾಗ (ಮುಂಜಾನೆ)ದಲ್ಲೂ ವಿಶದವಾಗರುವ(ಬೆಳಗುವ), ಸಮಯಿಗಳಿಗೆ ಸಿರಿಯನ್ನು ವಿಶೇಷವಾಗಿ ಅನುಗ್ರಹಿಸುವ, ನಿನ್ನ ಪಾದಗಳು ಹಿಮದಿಂದ ನಾಶವಾಗುವ, ನಿಶೆಯಲ್ಲಿ ನಿದ್ರಿಸುವ, ಲಕ್ಷ್ಮೀಪಾತ್ರವಾಗಲು ಬಯಸುವ ಸರೋಜವನ್ನು ಜಯಿಸುವುದರಲ್ಲಿ ಏನಾಶ್ಚರ್ಯವಿದೆ, ಓ ಜನನಿ?

ಪದಂ ತೇ ಕೀರ್ತೀನಾಂ ಪ್ರಪದಮಪದಂ ದೇವಿ ವಿಪದಾಂ

ಕಥಂ ನೀತಂ ಸದ್ಭಿಃ ಕಠಿನಕಮರೀಕರ್ಪರತುಲಾಮ್ ।

ಕಥಂ ವಾ ಬಾಹುಭ್ಯಾಮುಪಯಮನಕಾಲೇ ಪುರಭಿದಾ

ಯದಾದಾಯ ನ್ಯಸ್ತಂ ದೃಷದಿ ದಯಮಾನೇನ ಮನಸಾ   ॥

ವಿಪತ್ತಿಗೆಡೆಯಿರದ, ಕೀರ್ತಿಪದ ನಿನ ಪದಕೆ

ಸ್ಪೋಪಜ್ಜರೆಂತು ಕಚ್ಚಪಚಿಪ್ಪಿ ನುಪಮೆಯನು

ಒಪ್ಪಿದರೋ, ಮತ್ತು ಹರ ಮದುವೆಯಲಿ ಎಂತದ

ಒಪ್ಪಿ ಕಲ್ಲ ಮೇಲಿಟ್ಟ, ದಯಮನದಲು, ದೇವಿ? ॥

ಓ ದೇವಿ, ಕೀರ್ತಿಪ್ರದವಾಗಿರುವ, ವಿಪತ್ತಿಗೆಡೆಯಿರದ ನಿನ್ನ ಪಾದಗಳನ್ನು ಕರಿಣ ಕಮಟೀಕರ್ಪರ (ಆಮೆಯಚಿಪ್ಪು)ದ ತುಲನೆಗೆ ಹೇಗೆ ವಿವೇಕಿ(ಕವಿ)ಗಳು ತೀರ್ಮಾನಿಸಿದರು? ಪುರಭಿದನು ಮದುವೆಯ ಸಮಯದಲ್ಲಿ, ನಿನ್ನ ಪಾದಗಳ ಬಾಹುಗಳಿಂದ ಎತ್ತಿ ದಯಾಮಯ ಮನಸ್ಸಿನಿಂದ ಕಲ್ಲ ಮೇಲೆ ಇಟ್ಟಿರಲು ಹೇಗೆ ಸಾಧ್ಯ?

ನಖೈರ್ನಾಕಸ್ತ್ರೀಣಾಂ ಕರಕಮಲಸಂಕೋಚಶಶಿಭಿ-

ಸ್ತರೂಣಾಂ ದಿವ್ಯಾನಾಂ ಹಸತ ಇವ ತೇ ಚಂಡಿ ಚರಣೌ ।

ಫಲಾನಿ ಸ್ವಃಸ್ಥೇಭ್ಯಃ ಕಿಸಲಯಕರಾಗ್ರೇಣ ದದತಾಂ

ದರಿದ್ರೇಭ್ಯೋ ಭದ್ರಾಂ ಶ್ರಿಯಮನಿಶಮಹ್ನಾಯ ದದತೌ ॥

ದರಿದ್ರನಿಗೆ ಸತತ ಮಂಗಳಸಿರಿ- ಹೇ ಚಂಡಿ -

ತ್ವರಿತ ಕೊಡುವ ಪಾದಗಳು, ಶಶಿಯ ತರ ನಖಗಳಲಿ

ಸುರಸ್ತ್ರೀ ಕರಕಮಲಗಳ ಮುಚ್ಚಿಸುತ, ನಗುತಿವೆ

ಕರಚಿಗುರಲಿ ಫಲವೀವ ಸುರತರುವಿನೆಡೆ ನೋಡಿ ॥

ನಾಕಸ್ತ್ರೀಯರ ಕರಕಮಲಗಳನ್ನು ಶಶಿಯ ತರ ನಖಗಳಿಂದ ಮುಚ್ಚಿಸುವ, ಭದ್ರವಾದ ಐಶ್ವರ್ಯವನ್ನು ದರಿದ್ರರಿಗೆ ಸತತ ತ್ವರಿತವಾಗಿ ದಯಪಾಲಿಸುವ ನಿನ್ನ ಚರಣಗಳು, ಹೇ ಚಂಡಿ, ತಮ್ಮ ಲೋಕದಲ್ಲಿ ವಾಸಿಸುವ(ದೇವತೆ)ವರಿಗೆ ಚಿಗುರುಗಳೆಂಬ ಕೈತುದಿಯಿಂದ ಫಲ ಕೊಡುವ ದಿವ್ಯತರು(ಕಲ್ಪವೃಕ್ಷ)ಗಳ ನೋಡಿ ನಗುತ್ತಿರುವಂತಿವೆ.

ಕದಾ ಕಾಲೇ ಮಾತಃ ಕಥಯ ಕಲಿತಾಲಕ್ತಕರಸಂ
ಪಿಬೇಯಂ ವಿದ್ಯಾರ್ಥೀ ತವ ಚರಣನಿರ್ಜೇಜನಜಲಮ್ ।
ಪ್ರಕೃತ್ಯಾ ಮೂಕಾನಾಮಪಿ ಚ ಕವಿತಾಕಾರಣತಯಾ
ಕದಾ ಧತ್ತೇ ವಾಣೀಮುಖಕಮಲತಾಂಬೂಲರಸತಾಮ್ ॥

ಅಂಡಜಸತಿ ಮುಖಕಮಲ ತಂಬುಲರಸದಂತೆ,
ಚಂದದಲಿ ಕವಿತೆ ಮೂಕನೂ ಬರೆವಂತೊಲಿವ,
ಎಂದು ಕುಡಿವೆನು ಮಾತೆ ಸಿಂಗಾರದರಗರಸ
ಹೊಂದಿರುವ -ನಿನ್ನ ಪಾದೋದಕವ, ಈ ಭಾತ್ರ? ॥

ಯಾವ ಕಾಲದಲ್ಲಿ, ಓ ಮಾತಾ, ಹೇಳು, ಅರಗಿನರಸ ಮಿಶ್ರವಾದ, ನಿನ್ನ ಚರಣದ ನಿರ್ಜೇಜನ ಜಲ(ಪಾದೋದಕ)ವನ್ನು ವಿದ್ಯಾರ್ಥಿಯಾದ ನಾನು ಕುಡಿದೇನು? ಸಹಜವಾಗಿಯೇ ಮೂಕರಿರುವವರಿಗೂ ಕವಿತೆಗೆ ಕಾರಣವಾಗುವ ವಾಣೀಮುಖಕಮಲದ ತಾಂಬೂಲರಸದಂತಿರುವ ಅದು ನನಗೆ ಎಂದು ದೊರೆತೀತು?

ದದಾನೇ ದೀನೇಭ್ಯಃ ಶ್ರಿಯಮನಿಶಮಾಶಾನುಸದೃಶೀ-
ಮಮಂದಂ ಸೌಂದರ್ಯಪ್ರಕರಮಕರಂದಂ ವಿಕಿರತಿ ।
ತವಾಸ್ಮಿನ್ ಮಂದಾರಸ್ತಬಕಸುಭಗೇ ಯಾತು ಚರಣೇ
ನಿಮಜ್ಜನ್ಮಜ್ಜೀವಃ ಕರಣಚರಣಃ ಷಟ್ಚರಣತಾಮ್ ॥

ದೀನರಾಶೆಯ ಸಲಿಸಿ ಸತತ ಸಂಪದವೀವ,
ಅಂದಹೂಗಳ ಮಧು ಹಂಚುವ ಮಂದಾರಸುಮ-
ಗೊಂಚಲವೊಲು ಮಂಗಳವಿಹ, ತವಪಾದಕೆ ನಾ
ಪಂಚೇಂದ್ರೀಯಮನ - ಇವಾರು ಚರಣದ ದುಂಬಿ ॥

ದೀನರಿಗೆ   ಸಿರಿಯ   ಅನಿಶಂ(ಸತತ)   ಆಶೆಗೆ
ಅನುಸದೃಶ(ಅನುಗುಣ)ವಾಗಿ   ನೀಡುವ,   ಅಧಿಕ
ಸೌಂದರ್ಯಪ್ರಕರ(ಸಮೂಹ)ದ   ಮಕರಂದವನ   ಎರಚುತ್ತಿರುವ
ಮಂದಾರ   ಸ್ತಬಕ(ಗುಚ್ಛ)ದ   ಹಾಗಿರುವ   ನಿನ್ನ   ಈ   ಮಂಗಳ
ಚರಣಗಳಲ್ಲಿನನ್ನ   ಜೀವ   ಮತ್ತು   ಕರಣಚರಣ
(ಪಂಚೇಂದ್ರಿಯ)ಗಳೆಂಬ   ಷಟ್ಚರಣ(ದುಂಬಿ)ನಾಗಿ,   ಎಂದು
ಧುಮುಕಲು ಸಾಗುವೆನು?

ಪದನ್ಯಾಸಕ್ರೀಡಾಪರಿಚಯಮಿವಾರಬ್ಧಮನಸಃ

ಸ್ಖಲಂತಸ್ತೇ ಖೇಲಂ ಭವನಕಲಹಂಸಾ ನ ಜಹತಿ |

ಅತಸ್ತೇಷಾಂ ಶಿಕ್ಷಾಂ ಸುಭಗಮಣಿಮಂಜೀರರಣಿತ-

ಚ್ಛಲಾದಾಚಕ್ಷಾಣಂ ಚರಣಕಮಲಂ ಚಾರುಚರಿತೇ ||

ನಿನ್ನ ಭುವನದ ಕಲಹಂಸಗಳು ಪದನ್ಯಾಸ

ಇನ್ನೂ ಕಲಿಯುವ ಪರಿಯಲೆಡವಿದರು ಬಿಡದಿಹವು

ಮಣಿನೂಪುರಗಳ ಝುಣಝುಣಿಪ ನೆಪದಲಿ ಪಾದ-

ವಿನ್ಯಾಸ ಕಲಿಸಿವೆ ತವಚರಣವು, ಚಾರುಚರಿತೆ ||

ಪದನ್ಯಾಸಕ್ರೀಡೆಯ ಪರಿಚಯ(ಅಭ್ಯಾಸ) ಆರಂಭಿಸುವ ಮನದಲ್ಲಿ ನಿನ್ನ ಭುವನದ ಕಲಹಂಸಗಳು ಎಡವಿದರೂ ಕ್ರೀಡೆಯ ಬಿಡುತ್ತಿಲ್ಲ. ಆದ್ದರಿಂದ, ಅವುಗಳ ಸೂಚನೆಗಾಗಿ, ನಿನ್ನ ಸುಭಗ(ಸುಂದರ) ಚರಣಕಮಲಗಳು, ಮಣಿ ಮಂಜೀರ(ಮಣಿನೂಪುರ)ಗಳನ್ನು ಝುಣಝುಣಿಸುವ ನೆಪದಲ್ಲಿ ಅವುಗಳಿಗೆ ಕಲಿಸುತ್ತಿವೆ, ಓ ಚಾರುಚರಿತೆ.

ಅರಾಲಾ ಕೇಶೇಷು ಪ್ರಕೃತಿಸರಲಾ ಮಂದಹಸಿತೇ

ಶಿರೀಷಾಭಾ ಚಿತ್ತೇ ದೃಷದುಪಲಶೋಭಾ ಕುಚತಟೇ ।

ಭೃಶಂ ತನ್ವೀ ಮಧ್ಯೇ ಪೃಥುರುರಸಿಜಾರೋಹವಿಷಯೇ

ಜಗತ್ತ್ರಾತುಂ ಶಂಭೋರ್ಜಯತಿ ಕರುಣಾ ಕಾಚಿದರುಣಾ ॥

ಸುರುಳಿಸುಳಿ ಮುಂಗುರುಳು, ಸಹಜ ಸರಳ ಮುಗುಳುನಗು,

ಶಿರೀಷಕುಸುಮಕೋಮಲ ಚಿತ್ತ, ರತ್ನ ಶಿಲೆಯ -

ಪರಿ ಕುಚತಟ, ತೆಳು ನಡು, ಘನಸ್ತನನಿತಂಬ-

ಇರುವ ಅರುಣಾರೂಪಿ ಶಿವಕರುಣ ಜಗ ಕಾವುದು ॥

ಕೇಶದಲ್ಲಿ ಸುರುಳಿಯಾಗಿರುವ, ಸಹಜವಾಗಿಯೇ ಸರಳವಾದ ಮಂದಹಾಸದ, ಶಿರೀಷಕುಸುಮದಂತೆ ಕೋಮಲವಾದ ಚಿತ್ತದ, ದೃಷದಲುಪಲ(ರತ್ನ ಶಿಲೆಯ) ಶೋಭೆಯ ಕುಚತಟದ, ತೆಳು ನಡುವಿರುವ, ಸ್ತನನಿತಂಬಗಳಲ್ಲಿ ವಿಶಾಲವಾದ - ಜಗವನ್ನು ಕಾಪಾಡಲು ಶಂಭುವಿನ ಕರುಣೆಯು - 'ಅರುಣಾ' ರೂಪದಲ್ಲಿ ಅವರ್ಣನೀಯವಾಗಿದೆ.

ಪುರಾರಾತೇರಂತಃಪುರಮಸಿ ತತಸ್ತ್ವಚ್ಚರಣಯೋಃ

ಸಪರ್ಯಾಮರ್ಯಾದಾ ತರಲಕರಣಾನಾಮಸುಲಭಾ ।

ತಥಾ ಹ್ಯೇತೇ ನೀತಾಃ ಶತಮಖಮುಖಾಃ ಸಿದ್ಧಿಮತುಲಾಂ

ತವ ದ್ವಾರೋಪಾಂತಸ್ಥಿತಿಭಿರಣಿಮಾದ್ಯಾಭಿರಮರಾಃ ॥

ಪುರಾರಾತನ ಅಂತಃಪುರ ವಾಸಿ ನೀನಿರೆ

ತರಳಕರಣರರಿಯರು ನಿನ್ನ ಪೂಜಿಪ ಪರಿಯ

ಇರಲಿಂತು ಶತಮಖಿನ ಸಹಿತ ಅಮರರು ನಿನ್ನ

ದ್ವಾರದಲಿ ಇರುವ ಅಣಿಮಾದಿಗಳ ಕರೆದೊಯ್ದರು ॥

ಪುರಾರಾತ(ಶಿವ)ನ ಅಂತಃಪುರವಾಸಿ ನೀನು. ಹೀಗಾಗಿ, ನಿನ್ನ ಚರಣಗಳ ಪೂಜಾಪ್ರಕಾರವು, ತರಳಕರಣ(ಚಂಚಲಚಿತ್ತ)ರಿಗೆ ದುರ್ಲಭ. ಆದುದರಿಂದ, ಅಮರರಾದ ಶತಮಖಮುಖರು(ಇಂದ್ರಾದಿ ದೇವತೆಗಳು) ನಿನ್ನ ದ್ವಾರದ ಬಳಿಯಿರುವ ಅಣಿಮಾದಿ ಐಶ್ವರ್ಯಗಳನ್ನು (ಮಾತ್ರ) ಕೊಂಡೊಯ್ಯುವರು.

ಗತಾಸ್ತೇ ಮಂಚತ್ವಂ ದ್ರುಹಿಣಹರಿರುದ್ರೇಶ್ವರಭೃತಃ

ಶಿವಃ ಸ್ವಚ್ಛಚ್ಛಾಯಾಘಟಿತಕಪಟಪ್ರಚ್ಛದಪಟಃ ।

ತ್ವದೀಯಾನಾಂ ಭಾಸಾಂ ಪ್ರತಿಫಲನರಾಗಾರುಣತಯಾ

ಶರೀರೀ ಶೃಂಗಾರೋ ರಸ ಇವ ದೃಶಾಂ ದೋಗ್ಧಿ ಕುತುಕಮ್ ॥

ದ್ರುಹಿಣಹರಿರುದ್ರೇಶ್ವರರಾಗಲು ಮಂಚ ನಿನಗೆ

ಮಹದೇವ ಬಿಳಿಹೊಳಪ ಹೊದಿಕೆ ಸೋಗಿನಲರುಣ-

ದೇಹಿ, -ನಿನ್ನಯ ಕಾಂತಿ ಪ್ರತಿಫಲಿಸಿ- ಶೃಂಗಾರ-

ನೇಹದಲಿ ತೋರಿ ಮುದಕೊಡುವ ನಿನ ಕಂಗಳಿಗೆ ॥

ದ್ರುಹಿಣಹರಿರುದ್ರೇಶ್ವರರು ನಿನ್ನ ಮಂಚವಾಗಲು, ಶಿವನು ಸ್ವಚ್ಛಚ್ಛಾಯಾಘಟಿತ (ಶ್ವೇತಕಾಂತಿಯಿಂದಾದ), ಕಪಟಪ್ರಚ್ಛದಪಟ(ಹೊದಿಕೆಯ ಸೋಗು) ಆಗಿರಲು, ನಿನ್ನ ಭಾಸ(ಪ್ರಭೆ)ದ ಪ್ರತಿಫಲನ ರಾಗ(ರಂಗು) ತಳೆದು ಅರುಣಶರೀರಿಯಾಗಿ, ಶೃಂಗಾರರಸ ಬೀರಿದಂತೆ ನಿನ್ನ ಕಂಗಳಿಗೆ ಮುದ ಕೊಡುವನು.

ಕಲಂಕಃ ಕಸ್ತೂರೀ ರಜನಿಕರಬಿಂಬಂ ಜಲಮಯಂ

ಕಲಾಭಿಃ ಕರ್ಪೂರೈರ್ಮರಕತಕರಂಡಂ ನಿಬಿಡಿತಮ್ ।

ಅತಸ್ತ್ವದ್ಭೋಗೇನ ಪ್ರತಿದಿನಮಿದಂ ರಿಕ್ತಕುಹರಂ

ವಿಧಿರ್ಭೂಯೋ ಭೂಯೋ ನಿಬಿಡಯತಿ ನೂನಂ ತವ ಕೃತೇ ॥

ಜಲಮಯ ಮರಕತ ಕರಂಡ - ಚಂದ್ರನ ಬಿಂಬ,

ಕಲೆಯದುವೆ ಕಸ್ತೂರಿ, ಕಪ್ಪು ರದಿಂದೊಪ್ಪಿ ಹುದು,

ಖಾಲಿಯಾಗಲು ದಿನವೂ ನಿನ್ನ ಭೋಗಕೆ ಬಳಸಿ

ನಿಲಿಸದಲೆ ನಿಜದಿ ವಿಧಿ ನಿನಗಾಗಿ ತುಂಬುವನು ॥

ರಜನಿಕರ(ಚಂದ್ರ)ಬಿಂಬವು ಜಲಮಯವಾಗಿರುವ, ತುಂಬಿದ, ಮರಕತಕರಂಡ (ಪಚ್ಚೆಯ ಭರಣಿ). ಅದರ ಕಲಂಕ(ಕಲೆ)ವು ಕಸ್ತೂರಿ. ಅದರಲ್ಲಿ ಕರ್ಪೂರದ ಚೂರುಗಳಿವೆ. ಆದ್ದರಿಂದ ನಿನ್ನ ಪ್ರತಿದಿನದ ಭೋಗದಿಂದ ರಿಕ್ತಕುಹರ (ಖಾಲಿಜಾಗ)ವಾಗುವ ಅದನ್ನು, ವಿಧಿಯು (ಬ್ರಹ್ಮನು) ಪದೇಪದೇ ನಿನಗಾಗಿ ನಿಜಕ್ಕೂ ತುಂಬುವನು.

ಕಲತ್ರಂ ವೈಧಾತ್ರಂ ಕತಿಕತಿ ಭಜಂತೇ ನ ಕವಯಃ

ಶ್ರಿಯೋ ದೇವ್ಯಾಃ ಕೋ ವಾ ನ ಭವತಿ ಪತಿಃ ಕೈರಪಿ ಧನ್ಯೈಃ ।

ಮಹಾದೇವಂ ಹಿತ್ವಾ ತವ ಸತಿ ಸತೀನಾಮಚರಮೇ

ಕುಚಾಭ್ಯಾಮಾಸಂಗಃ ಕುರವಕತರೋರಪ್ಯಸುಲಭಃ ॥

ವಿಧಾತನ ಸತಿಯ ಕವಿಗಳಾರು ಭಜಿಸದೆ ಇಹರು?

ನಿಧಿ ಎಂತೂ ದೊರೆಯ ಸಿರಿಪತಿ ಎನಿಸದಿಹರಾರು?

ಹದಿಬದೆಯರಲಿ ಮೊದಲಿಹ ಸತಿ, ಹರ ಹೊರತು, ತವ

ಎದೆಯೊದವು ಕುರವಕ ತರುಗಳಿಗೂ ದುರ್ಲಭವು ॥

ಹೇ ಸತಿಯೇ, ವಿಧಾತನ ಸತಿಯನ್ನು ಎಷ್ಟೆಷ್ಟು ಕವಿಗಳು ಭಜಿಸದೆ ಇಹರು? ಯಾವುದಾದರೂ ಧನದಿಂದ, ಶ್ರೀದೇವತೆಗೆ, ಯಾರು ಸ್ವಾಮಿಯಾಗರು? ಪತಿವ್ರತೆಯರಲ್ಲಿ ಮೊದಲಿಗಳಾದವಳೇ, ಮಹಾದೇವನ ಹೊರತಾಗಿ, ನಿನ್ನ ಕುಚಗಳ ಸಂಗವು ಕುರವಕ (ಗೋರಂಟಿ) ತರುಗಳಿಗೂ ದುರ್ಲಭವು.

ಗಿರಾಮಾಹುರ್ದೇವೀಂ ದ್ರುಹಿಣಗೃಹಿಣೀಮಾಗಮವಿದೋ

ಹರೇಃ ಪತ್ನೀಂ ಪದ್ಮಾಂ ಹರಸಹಚರೀಮದ್ರಿತನಯಾಮ್ ।

ತುರೀಯಾ ಕಾಪಿ ತ್ವಂ ದುರಧಿಗಮನಿಸ್ಸೀಮಮಹಿಮಾ

ಮಹಾಮಾಯಾ ವಿಶ್ವಂ ಭ್ರಮಯಸಿ ಪರಬ್ರಹ್ಮಮಹಿಷಿ ॥

ವಾಗ್ದೇವಿ ಬೊಮ್ಮಸತಿ, ನೀ ಪದ್ಮೆ ಹರಿಪತ್ನಿ,

ನಗಜೆ ಹರಸಹಚರಿ - ಎನಲಾಗಮವಿದರು - ನೀ

ಆಗಮ್ಯೆ, ಆಸೀಮಮಹಿಮೆ, ತುರೀಯೆ, ಮಹಮಾಯೆ,

ಜಗವ ಭ್ರಮೆಗೊಳಿಪ ಹೇ ಪರಬ್ರಹ್ಮಮಹಿಷಿ! ॥

ಆಗಮವಿದರು ನಿನ್ನನ್ನೇ ದ್ರುಹಿಣ(ಬ್ರಹ್ಮನ)ಗೃಹಿಣಿ ವಾಗ್ದೇವಿ, ಹರಿಪತ್ನಿ ಪದ್ಮೆ(ಲಕ್ಷ್ಮಿ), ಹರಸಹಚರಿ ಅದ್ರಿ(ಪರ್ವತ) ತನಯೆ, ಎಂದೆಲ್ಲಾ ಕರೆಯುವರು. ನೀನಾದರೋ ಅನಿರ್ವಾಚ್ಯ ತುರೀಯಳು(ಬೇರೆ ನಾಲ್ಕನೆಯ), ದುರಧಿಗಮ್ಯೆ (ಅರಿವಿನ ಪ್ರಾಪ್ತಿಗೆ ಕಷ್ಟ), ನಿಸ್ಸೀಮ ಮಹಿಮಳಾದ ಮಹಾಮಾಯೆಯಾಗಿದ್ದು, ವಿಶ್ವವ ಭ್ರಮೆಗೊಳಿಸುವೆ, ಹೇ ಪರಬ್ರಹ್ಮಮಹಿಷಿ!

ಸರಸ್ವತ್ಯಾ ಲಕ್ಷ್ಮ್ಯಾ ವಿಧಿಹರಿಸಪತ್ನೋ ವಿಹರತೇ

ರತೇಃ ಪಾತಿವ್ರತ್ಯಂ ಶಿಥಿಲಯತಿ ರಮ್ಯೇಣ ವಪುಷಾ ।

ಚಿರಂ ಜೀವನ್ನೇವ ಕ್ಷಪಿತಪಶುಪಾಶವ್ಯತಿಕರಃ

ಪರಾನಂದಾಭಿಖ್ಯಂ ರಸಯತಿ ರಸಂ ತ್ವದ್ಭಜನವಾನ್ ॥

ನಿನ್ನ ಭಜಕ-ಸಿರಿ-ಸರಸತಿ ಹೊಂದಿ, ವಿಧಿ-ಹರಿಗೆ

-ತಾನೆದುರಾಳಿ, ರತಿಗೆ ಹದಿಬದೆತನವ ಕಳೆವ

ಚೆನ್ನದೇಹವ ತಳೆದು, ತೊರೆದು ಭವಬಂಧನವ

ಉಣುತ ಪರಮಾನಂದ ಚಿರಂಜೀವಿಯಾಗುವನು ॥

ನಿನ್ನನ್ನು ಭಜಿಸುವವನು ಸರಸ್ವತಿ - ಲಕ್ಷ್ಮಿಯರನ್ನು ಸೇರಿ ವಿಧಿ(ಬ್ರಹ್ಮ) -ಹರಿಗಳಿಗೆ ಪ್ರತಿಸ್ಪರ್ಧಿಯಾಗಿ ವಿಹರಿಸುವನು. ರಮ್ಯವಪುಷ (ಸುಂದರ ದೇಹ)ದಿಂದ ರತಿಯ ಪಾತಿರ್ವತ್ಯವನ್ನು ಶಿಥಿಲಗೊಳಿಸುವನು. ಚಿರಂಜೀವಿಯಾಗಿ ಪಶುಪಾಶ(ಭವಬಂಧನ)ವನ್ನು ಕಳಚಿಕೊಂಡು, ಪರಮಾನಂದವೆಂಬ ಹೆಸರಿನ ರಸವನ್ನು ಆಸ್ವಾದಿಸುವನು.

ಪ್ರದೀಪಜ್ವಾಲಾಭಿರ್ದೀವಸಕರನೀರಾಜನವಿಧಿಃ

ಸುಧಾಸೂತೇಶ್ಚಂದ್ರೋಪಲಜಲಲವೈರರ್ಘ್ಯರಚನಾ ।

ಸ್ವಕೀಯೈ್ಯರಂಭೋಭಿಃ ಸಲಿಲನಿಧಿಸೌಹಿತ್ಯಕರಣಂ

ತ್ವದೀಯಾಭಿರ್ವಾಗ್ಭಿಸ್ತವ ಜನನಿ ವಾಚಾಂ ಸ್ತುತಿರಿಯಮ್ ॥

ಇನಗೆ ದೀಪಜ್ವಾಲೆಯ ನೀರಾಜನದಂತೆ

ಇಂದುವಿಗೆ ಇಂದೂಪಲಜಲವರ್ಪಿಸಿದಂತೆ

ಅಂಬುಧಿಗದರ ನೀರಲಿ ತಣಿಸಿದಂತೆ - ಜನನಿ-

ನೀ ನೀಡಿದ ನುಡಿಗಳಲೇ ಮೂಡಿತೀ ಸ್ತುತಿಯು ॥

ಪ್ರದೀಪಜ್ವಾಲೆಯಿಂದ ದಿವಸಕರನಿಗೆ ನೀರಾಜನವಿಧಿ(ಆರತಿ) ಕೈಗೊಂಡಂತೆ, ಚಂದ್ರಕಾಂತಶಿಲೆಯ ಜಲಲವ(ನೀರಹನಿ)ಗಳಿಂದ ಸುಧಾಸೂತ(ಚಂದ್ರ)ನಿಗೆ ಅರ್ಘ್ಯ ರಚಿಸಿದಂತೆ(ಕೊಟ್ಟಂತೆ), ಸ್ವಕೀಯ(ತನ್ನ) ನೀರಿನಿಂದಲೇ ಸಲಿಲನಿಧಿ(ಸಾಗರ)ಗೆ ತೃಪ್ತಿಪಡಿಸಿದಂತೆ, ನಿನ್ನದೇ ವಾಕ್ಕುಗಳಿಂದ, ಹೇ ವಾಗ್ಜನನಿ, ಈ ಸ್ತುತಿಯಾಗಿದೆ.

॥ ಇತಿ ಶ್ರೀಮತ್ಪರಮಹಂಸಪರಿವ್ರಾಜಕಾಚಾರ್ಯಸ್ಯ

ಶ್ರೀಗೋವಿಂದಭಗವತ್ಪೂಜ್ಯಪಾದಶಿಷ್ಯಸ್ಯ

ಶ್ರೀಮಚ್ಛಂಕರಭಗವತಃ ಕೃತೌ ಸೌಂದರ್ಯಲಹರೀ ಸಂಪೂರ್ಣಾ ॥

www.ingramcontent.com/pod-product-compliance
Lightning Source LLC
Chambersburg PA
CBHW022031150726
47990CB00002B/915